കറുത്തവരുടെ കടൽ

Karuthavarude Kadal
Stories

Sajini S

CHINTHA PUBLISHERS
Thiruvananthapuram

First Edition
July 2022

Published & Typesetting
Chintha Publishers, Thiruvananthapuram

Cover Design
Vinod Mangoes

ISBN : 978-93-93468-27-7

CO - 3121 / 6017

Email: chinthapublishers@gmail.com
Website: www.chinthapublishers.com

A version is available at National Libraries
Kolkata, Mumbai, Chennai and Delhi

Distribution
DESHABHIMANI BOOKHOUSE
H O Thiruvananthapuram 695035

Branch
Head Office Kunnukuzhi • Statue Thiruvananthapuram
KSRTC Bus Terminal Thampanoor • Saphalyam Complex Thiruvananthapuram
KSRTC Bus Station Alappuzha • KSRTC Bus Station Ernakulam
Machingal Lane Thrissur • IG Road Kozhikode
Mavoor Road Kozhikode • NGO Union Building Kannur
Central Bus Terminal Complex Thavakkara Kannur

കറുത്തവരുടെ കടൽ

സജിനി എസ്

ചിന്ത പബ്ലിഷേഴ്സ്
തിരുവനന്തപുരം-695 035

സജിനി എസ്

ആർ ശ്രീധരന്റെയും രാജമ്മയുടെയും മകളായി എറണാകുളം ജില്ലയിലെ പിറവത്ത് ജനിച്ചു.
ഇപ്പോൾ തിരുവനന്തപുരത്ത് താമസം. സെക്രട്ടേറിയറ്റിലെ മുൻ അഡീഷണൽ സെക്രട്ടറി.
പ്രസിദ്ധീകരിച്ചിട്ടുള്ള പുസ്തകങ്ങൾ: *മാൻ ഓഫ് ദി മാച്ച്, യേശു മഴ പുതയ്ക്കുന്നു, സാൻ ആൻഡ്രിയാസിലെ പടയാളികൾ* (കഥാസമാഹാരങ്ങൾ), *സ്വാത്ത് താഴ്‌വരയിലെ ചോളപ്പൂവ്* (ബാബു രാഗലയവുമായി ചേർന്ന്) (മലാലയുടെ ഡയറിക്കുറിപ്പുകൾ)
ഓർമ്മക്കൂട്ട് (ഓർമ്മ, അനുഭവം)
പുരസ്കാരങ്ങൾ: തകഴി അവാർഡ് (2015), കേസരി പുരസ്കാരം, മുതുകുളം പാർവ്വതിയമ്മ പുരസ്കാരം, ബാലകൃഷ്ണൻ മങ്ങാട് പുരസ്കാരം, പ്രവാസി ശബ്ദം അവാർഡ്.

ഭർത്താവ് : ശ്രീ. ഡി ബാബു
മക്കൾ : യദുരാഗ്, ശ്രീരാഗ്
മരുമകൾ : ചന്ദന യദുരാഗ്
വിലാസം : രാഗലയം
MLARRA.67
MLA Road
കുടപ്പനക്കുന്ന് പി ഒ, തിരുവനന്തപുരം.
ഫോൺ : 9497454203
Email : sreesajini@gmail.com

ഉള്ളടക്കം

പ്രസാധകക്കുറിപ്പ്

വാക്കുകൾക്ക് പിശുക്കുകാട്ടുന്ന എഴുത്തുകാരിയാണ് സജിനി എസ്. കുറച്ചുമാത്രം എഴുതുകയും എഴുതുന്നത് മികവാർന്ന ശില്പംപോലെ ചെത്തിമിനുക്കിയെടുക്കുകയും ചെയ്യുന്ന സജിനിയുടെ ഏതാനും കഥകളുടെ സമാഹാരമാണിത്. മനുഷ്യജീവിതത്തിന്റെ സങ്കീർണ്ണതകളെയാണ് കഥാകാരി ആവിഷ്കരിക്കുന്നത്. നമ്മുടെ ജീവിതത്തിന്റെ ആകാശങ്ങളിൽ വന്നുനിറയുന്ന വന്ധ്യമേഘങ്ങൾ കഥാകാരി കാണാതെ പോകുന്നില്ല. അടിത്തട്ടിലെ മനുഷ്യജീവിതവും ഗവേഷകരുടെ ലോകവും ഒരുപോലെ പരിചിതമാണീ കഥാകാരിക്ക്. ആധുനിക കഥയുടെ ആരുറപ്പും കേവല നറേഷനിൽനിന്നുള്ള കുതറലും കാല്പനികതാജടിലതയുടെ നിരാകരണവും ഈ കഥകളിൽ മുദ്ര ചാർത്തുന്നു.

ചിന്ത പബ്ലിഷേഴ്സ്

കറുത്തവരുടെ കടൽ

സ്റ്റേഷനിൽനിന്ന് തീവണ്ടിയിൽ കയറി അഭിമുഖമായ ഇരിപ്പിട ങ്ങളിൽ ഇരുന്നതു മുതൽ അവർ ഇടയ്ക്കിടയ്ക്ക് പരസ്പരം നോക്കിയ തല്ലാതെ ഒന്നും സംസാരിക്കാൻ താല്പര്യം കാണിച്ചിരുന്നില്ല.

പക്ഷേ, അയാൾ പെൺകുട്ടിയുടെ കലങ്കാരി ചുരിദാറിലെ കറുത്ത ബുദ്ധശിരസ്സുകളെ മനസ്സിൽ എണ്ണിനോക്കുന്നുണ്ടായിരുന്നു. അതൊരു ഹരമായി തോന്നി അയാൾക്ക്. മുഖങ്ങൾ അവ്യക്തമായ കറുത്ത അഭ യാർത്ഥി കുട്ടികളെയും വൃദ്ധരെയും പത്രത്താളുകളിൽ കാണുമ്പോൾ പോലും എണ്ണി നോക്കി, സ്വപ്നസദൃശമായ ഒരതിർത്തിക്കുള്ളിലേക്ക് കൃത്യമായ അടയാളപ്പെടുത്തലുകളോടെ അഭയാർത്ഥിത്വത്തിന്റെ മുദ്ര പറിച്ചെറിഞ്ഞ് നിരനിരയായി നിർത്തുന്നത് അയാൾ സ്വപ്നം കണ്ടിട്ടുണ്ട്.

ഇടയ്ക്കെപ്പോഴോ കറുത്ത ബുദ്ധന്മാരുടെ കണ്ണുകളെ തിട്ടപ്പെടു ത്താൻ തുടങ്ങിയിരുന്നു അയാൾ. അതിലൊരു ബുദ്ധന്റെ കണ്ണുകൾ ബോധോദയത്തിന്റെ രശ്മികളാൽ തീർത്ത നേർരേഖയിലൂടെ തന്റെ നേർക്ക് സഞ്ചരിക്കുന്നു എന്നയാൾ സംശയിച്ചു.

വളരെ സാവകാശം പെൺകുട്ടി മയക്കത്തിലേക്ക് വഴുതിവീണു. ഇത്രയും നേരം അവളുടെ നോട്ടങ്ങളുടെ കാവല്ക്കാരനായെങ്കിലും ഇരി ക്കേണ്ട ഒരുത്തരവാദിത്വം തനിക്കുണ്ടായിരുന്നു എന്നയാൾ കരുതി.

ഇപ്പോൾ വല്ലാത്ത ശൂന്യത.

കാറ്റ്, അവളുടെ മുളകുനിറ ചുവപ്പു ഷാൾകൊണ്ട് ബുദ്ധന്മാരെ മറച്ചുവെച്ചിരിക്കുന്നു.

ജനൽക്കമ്പികളിൽ മുഖം ചേർന്നിരുന്ന് വിരസമായ പുറംകാഴ്ച കളെ, ഒരു റിമോട്ട് കൺട്രോൾ കൊണ്ടെന്നതുപോലെ വേഗത്തിലാക്കി പറത്തിവിടുന്നതിലായിരുന്നു അയാൾക്കപ്പോൾ കൗതുകം.

കരിഞ്ഞ നെൽക്കറ്റകളുടെ ഇടയിൽ വിണ്ടുകീറിയ മൺകട്ടകൾക്കു മേൽ ആയാസപ്പെട്ടു കളിക്കുന്ന കുട്ടികളുടെ ആരവം.

ഓരോ കുഞ്ഞു സ്റ്റേഷനുകളിലും ഫോൺ വള്ളികൾ ചെവികളിൽ തിരുകി വിചിത്രമായ ആംഗ്യങ്ങളോടെ ഉച്ചത്തിൽ സംസാരിക്കുന്ന മുഴിഞ്ഞ തൊഴിലാളിക്കൂട്ടങ്ങൾ.

മുറുക്കിച്ചുവപ്പിച്ച ചുണ്ടുകൾ കൂർപ്പിച്ച് മേരി സപ്നോം കീ റാണി എന്ന പാട്ട് ഈണം തെറ്റിച്ച് പാടി വന്ന ഹിന്ദിക്കാരി പെണ്ണിന്റെ കഴുത്തിൽ തൂങ്ങിയ ഹാർമ്മോണിയത്തിൽ തലചായ്ച്ചുറങ്ങിയിരുന്ന ചെമ്പൻമുടിക്കാരൻ കുട്ടി ഉണർന്ന് ഉച്ചത്തിൽ കരഞ്ഞു.

ആ നിലവിളിയിൽ അവളും ഉണർന്നു.

ബുദ്ധശിരസ്സുകൾക്കിപ്പോൾ അടഞ്ഞ കണ്ണുകൾ മാത്രമേയുള്ളൂ.

ഏത് സ്റ്റേഷനാണ്? ഓരോ യാത്രക്കാരനും ഇത്തരം കുഞ്ഞുമയക്കങ്ങളിൽ നിന്നുണരുമ്പോൾ അറിയാതെ ചോദിക്കാറുള്ള ഒരു പതിവു ചോദ്യവുമായി അവൾ നോക്കി. അവൾ എന്തെങ്കിലും ചോദിക്കുവാൻ കാത്തിരുന്നതുപോലെ അയാൾ കഴിഞ്ഞുപോയ സ്റ്റേഷന്റെ പേരു പറഞ്ഞു.

"എങ്ങോട്ടാണ്?"

ഒരു തീവണ്ടിയാത്രയിലെ അപരിചിതത്വം ഭേദിക്കുന്ന ആ ചോദ്യം അയാളും ചോദിച്ചു. അവൾ പറഞ്ഞ സ്ഥലപ്പേര് കാറ്റും വണ്ടിയുടെ ഇരമ്പലും ഒന്നിച്ച് വന്ന് തട്ടിക്കളഞ്ഞതിനാൽ അയാൾക്ക് വ്യക്തമായില്ല.

പിന്നീട് അയാൾ ഒന്നും ചോദിക്കാഞ്ഞിട്ടും അവൾ പറഞ്ഞുകൊണ്ടേയിരുന്നു. പലതും. സമുദ്ര ആഴങ്ങളിലെ ഇനിയും മനസ്സിലാക്കാൻ കഴിഞ്ഞിട്ടില്ലാത്ത സ്പന്ദനങ്ങളാണ് അവളുടെ പഠന വിഷയം. ആ വിഷയത്തിൽ പ്രഗത്ഭനായ ഒരു കൂട്ടുകാരനെ തേടിയാണ് യാത്ര.

"കടൽശാസ്ത്രം എനിക്കും ഇഷ്ടമാണ്." ഏറെനാളത്തെ ഒരടുപ്പക്കാരിയോടെന്നതുപോലെ അയാൾ പറഞ്ഞു.

"കടൽ എത്ര ദുരൂഹമാണല്ലേ?"

എനിക്ക് ഒരേ സമയം സ്നേഹവും ഭയവുമാണതിനെ. അയാളുടെ ചോദ്യത്തിന്റെ ആ ഗൗരവവും ഗഹനതയും അവൾക്കിഷ്ടപ്പെട്ടു.

"ദുരൂഹതയോ? ഒട്ടുമേയില്ല."

"ഓരോ മനുഷ്യനിലും കടലാഴങ്ങളില്ലേ? പല നിറവും ഭാവവുമുള്ളത്. അല്പമൊന്നു ചിന്തിച്ചാൽ ആ ആഴങ്ങൾ നമുക്കെത്ര പരിചിതമാണ്. പിന്നെന്തു ദുരൂഹത?"

ദുരൂഹത എന്ന വാക്കിന് അവൾ നല്കിയ നിർവ്വചനം അയാൾക്ക് കൃത്യമായി ബോധിച്ചു എന്നു മനസ്സിലായതിനാൽ അവൾ പിന്നീട് കടലിനെക്കുറിച്ചുമാത്രമായി സംസാരം.

കടലിരമ്പങ്ങൾ അവളുടെ ശിരസ്സ് വഴി വന്ന് കണ്ണുകളിൽ നങ്കൂരമിട്ടു കിടക്കുന്ന പേടകങ്ങളാകുന്നത് അയാൾ കണ്ടു.

ഒരു വീട് അതിന്റെ കാവല്ക്കാരനെ കേൾക്കുന്നത് പോലെയാണ്

താനിപ്പോഴെന്ന് അയാൾ കരുതി. സൂര്യൻ ദൂരെ നിന്നേ ഓടിയോടി വന്ന് അവരെ തനിച്ചാക്കാൻ മടി കാണിക്കുന്നതുപോലെ ഉത്സാഹത്തോടെ കൂടെ യാത്ര ചെയ്തു. തീവണ്ടിയിപ്പോൾ യൗവനം നഷ്ടപ്പെടാൻ തുടങ്ങുന്ന ഒരു ശരീരമായി നീണ്ടുനിവർന്നു.

അയാൾ താനുപേക്ഷിച്ചുപോന്ന നഗരങ്ങളെക്കുറിച്ച് അവളോട് പറയാൻ തുടങ്ങി. അതൊക്കെ പറയാനുള്ള സ്വാതന്ത്ര്യമുണ്ടെന്ന് കരുതിയിട്ടല്ല. അയാൾക്ക് ആരോടെങ്കിലും അപ്പോൾ സംസാരിക്കണമായിരുന്നു. ഓരോ നഗരത്തിലെയും ജനാലകാഴ്ചകളും മുറിവ് ഏറ്റവരും ഏല്പിക്കുന്നതുമായ മനുഷ്യരും, ആൺപെൺ വ്യത്യാസങ്ങളുള്ള ദൈവങ്ങളും ഒരേപോലെയായിരുന്നുവെന്നും അയാൾ പറഞ്ഞു.

അവളപ്പോൾ ലാപ്ടോപ്പ് മടിയിൽ വച്ച് കടൽജലം കാലിൽ സ്പർശിക്കാനാഗ്രഹിക്കുന്ന കുട്ടിയെന്നവണ്ണം വളരെ സൂക്ഷ്മമായി തീരത്തുകൂടി സഞ്ചരിക്കുകയാണെന്ന് അയാൾക്ക് തോന്നിയെങ്കിലും അയാളുടെ സംസാരംകൂടി ശ്രദ്ധിക്കുവാനുള്ള അസാധാരണ പാടവക്കാരിയാണെന്ന് അയാൾ മനസ്സിലാക്കിയിരുന്നു. അല്ലെങ്കിൽ പിന്നെ, അയാൾ മറന്നു തുടങ്ങിയ ചില നഗരരൂപങ്ങളെക്കൂടി അയാൾ മറന്നതെന്നു കരുതി അവൾ കൂട്ടിചേർക്കില്ലല്ലോ.

"ഒരു കാലത്തിന്റെയോ മതത്തിന്റെയോ അടയാളങ്ങളൊന്നുമില്ലാത്തവരും നഗരത്തിലുണ്ട് അല്ലേ?" അവൾ കടൽജലത്തിന്റെ ഉപ്പുരസം ദേഹത്തുനിന്ന് ഒഴുക്കിവിടുന്ന ഭാവത്തിൽ അയാളോട് ചോദിച്ചു.

അതെ എന്നുത്തരം പറഞ്ഞെങ്കിലും നഗരങ്ങളുടെ മടുപ്പും ആൾക്കൂട്ടത്തിനുള്ളിൽ അയാൾ മാത്രം ഭക്ഷിച്ചുതീർത്ത ഏകാന്തതയും അയാൾ പറഞ്ഞില്ല. തീവണ്ടി ഏതൊക്കെയോ സ്റ്റേഷനുകളെ കൂകിയുണർത്തുകയും അങ്കലാപ്പോടെ വരണ്ട പാടങ്ങളെ നോക്കി നെടുവീർപ്പിടുകയും ചെയ്യുന്നുണ്ടായിരുന്നു.

പ്ലാറ്റ്ഫോമിൽനിന്ന് ദൂരെമാറി കറുത്ത കുറെ രൂപങ്ങൾ.

സ്ത്രീകളും കുട്ടികളും അപൂർവ്വം പുരുഷന്മാരുമടങ്ങുന്ന കറുത്ത സംഘങ്ങൾ.

കറുപ്പ് അഭയാർത്ഥികൾ മാത്രമടങ്ങുന്ന ഒരു രാഷ്ട്ര ചിഹ്നമാണ്. ആ രാഷ്ട്രത്തിലെ ഭരണാധികാരികളും പ്രജകളും അഭയാർത്ഥിത്വത്തിന്റെ പർവ്വതങ്ങൾ താണ്ടി കുടിയേറിവർ തന്നെ. നഗരത്തിന്റെ ഏതോ മൂലയിൽ അയാൾ ഒരിക്കൽ പരിചയപ്പെട്ട അഭയാർത്ഥി യുവതി പറഞ്ഞ വാചകങ്ങൾ ചുണ്ടുകളിൽ പിറുപിറുക്കലായി വന്ന് മുദ്രവച്ചു. ആ യുവതി കറുത്തവളായിരുന്നു. അവളിലെ അടയാളങ്ങൾ എല്ലാം നഷ്ടമായിരുന്നു. നഷ്ടചിഹ്നങ്ങളാൽ പച്ചകുത്തിയ അഭയാർത്ഥിയായി, അവളുടെ ശരീരത്തെ മുള്ളുവേലിക്കപ്പുറത്തേക്ക് വലിച്ചിട്ടുകാണും – ഓർമ്മകളുടെ വെട്ടേറ്റ് അയാൾ മുറിഞ്ഞുകിടന്നു.

"യു വാൺട് ടീ?" അവൾ മറുപടിക്കായി കാത്തുനില്ക്കാതെ ചായവില്പനക്കാരനെ തടഞ്ഞുനിർത്തി ചായ വാങ്ങി നല്കി. അയാളുടെ

മനസ്സിൽ ഒരു കടൽ തിളച്ചുമറിയുന്നത് പെൺകുട്ടി മനസ്സിലാക്കിയതിനാലാകും അവൾ അയാൾക്കിഷ്ടപ്പെട്ട വിഷയത്തിലേക്ക് കടന്നത്.

"നിങ്ങൾക്കറിയാമോ?

കടൽ പഠനത്തിന് എന്നെ മോഹിപ്പിച്ചത്, ഭ്രാന്തി മൂത്തമ്മയായിരുന്നു."

"ഭ്രാന്തി?" അയാൾ ആശ്ചര്യപ്പെട്ടു. "യെസ്.... ആഴ്ചയിൽ ആറുദിവസത്തെ ഭ്രാന്തിനുശേഷം ഒരു ദിവസം അങ്ങനെയല്ലാതാകുന്ന മൂത്തമ്മ." അവൾ ലാപ്ടോപ്പിനു മുകളിൽ താളാത്മകമായല്ലാതെ കൈവിരലുകൾ ചലിപ്പിച്ചു പറഞ്ഞു.

"മൂത്തമ്മയുടെ ജീവിതത്തിന് കടൽച്ചൊരുക്ക് ഏറ്റിട്ടുണ്ടെന്നാണ് വീട്ടിലുള്ളവർ തമാശയായി പറയാറുള്ളത്.

ആറുദിവസവും മൂത്തമ്മ പറയുന്നത് കടലിനെ കുറിച്ചുമാത്രമായിരിക്കും. കടൽനീലയുടെ ഔദ്ധത്യത്തിനു മുകളിലെന്നതുപോലെ അവർ മുറിക്കുള്ളിൽ കമിഴ്ന്നു കിടക്കും. തെളിമയാർന്ന അടിപ്പരപ്പിലെ കടൽത്തുണ്ടിൽ ജീവിക്കുന്നവരുടെ ഒരു ചെറുനഗരം കണ്ടോ എന്നത്ഭുതപ്പെടും. ആ കിടപ്പിൽ കാണുന്ന നഗരക്കാഴ്ചകളായിരുന്നു മൂത്തമ്മ പറഞ്ഞ ഓരോ കഥയും. അവരങ്ങനെ എനിക്ക് കടൽ കൊട്ടാരങ്ങളുടെ ചക്രവർത്തിനിയായി – കഥകളുടെ പെൺകപ്പിത്താനായി.

ആഴ്ചയിൽ ആറുദിവസങ്ങളിലും മൂത്തമ്മയങ്ങനെ കഥ പറയും. ഏഴാം ദിവസം സ്വപ്നങ്ങൾ തൂത്തുകളഞ്ഞ് ചിന്തകളുടെ ചെകിള തുറന്ന് പുറത്തേക്ക് ശ്വസിക്കുന്നതുപോലെ തോന്നും. ആ ദിവസം മൂത്തമ്മയ്ക്ക് ഭ്രാന്തില്ലായിരിക്കും. അന്നവർ വെളുത്ത വസ്ത്രം ധരിച്ച് ഓർമ്മകളിൽ മറഞ്ഞുപോയ പ്രണയത്തിന്റെ പട്ടുനൂൽപ്പുഴുക്കളുടെ സ്പർശമേല്ക്കും. മുഖത്താകെ ഇളംകാന്തിപരന്നു തൂകും. യുവതിയായിരുന്നപ്പോൾ വിരുന്നെത്തി തിരിച്ചുപോയ കാമം കണ്ണുകളിലേക്ക് നുരയിടും. പക്ഷേ, അന്നു രാത്രി ഇരുണ്ടു വെളുക്കുമ്പോഴേക്കും മൂത്തമ്മ പിന്നെയും ഭ്രാന്തിയായി മാറും.

ഇരട്ടവാലനും പാറ്റയും കരണ്ടുതീരാറായ കഴുത്തിലേയും മൂക്കിലേയും നെറ്റിയിലേയും ഓർമ്മ ഞരമ്പുകൾ കണ്ടോ?" പെൺകുട്ടി ലാപ്ടോപ്പ് അയാളുടെ മടിയിലേക്ക് വെച്ച് മൂത്തമ്മയുടെ മഞ്ഞ പടർന്ന ഒരു ഫോട്ടോ അയാൾക്കു കാണിച്ചുകൊടുത്തു.

"മൂത്തമ്മ മരിച്ചുപോയി കേട്ടോ."

"What about this story?"

കണ്ണടച്ചില്ലുകൾക്ക് മുകളിലേക്ക് കണ്ണുകൾ ഉയർത്തി അയാൾ ചോദിച്ചു. "ഞാൻ ചിന്തകൾകൊണ്ട് തലച്ചോറിലൂടെ ബ്രഷ് ചലിപ്പിച്ച് മൂത്തമ്മയെ ഇനിയും മാറ്റിയെടുക്കും." അവൾ ചിരിച്ചുകൊണ്ട് ജനാലയിലൂടെ കൈകൾ നീട്ടി കാറ്റിനെ പിടിക്കുവാൻ ശ്രമിക്കുന്നത് കണ്ട് അയാളും ചിരിച്ചു.

"ഓരോ വീടിന്റെ ഹൃദയത്തിനുള്ളിലും ഇത്തരം ചില ഓർമ്മ

മുത്തശ്ശിമാരുണ്ടാകും" അയാൾ പറഞ്ഞു.

"ഭ്രാന്തിന്റെ വരമ്പത്തൂടെ, കടൽ സ്വപ്നം കണ്ടു നടക്കുക – ഓരോ മുറിയും ഓർമ്മകളുടെ മഹാസമുദ്രം. ഓർക്കാൻ തന്നെ ത്രില്ലിങ്? – അല്ലേ ഭ്രാന്തി മൂത്തമ്മയുടെ കവിതയായിരിക്കാം അതെല്ലാം. ഇപ്പോൾ മരിച്ചവരുടെ നാട്ടിലെ സങ്കല്പ ജലസസ്യങ്ങളുടെ തുരുത്തിൽ ഭ്രാന്തി മൂത്തമ്മ ഏതോ കപ്പിത്താനെ കാത്തിരിപ്പുണ്ടാകും – ഞാൻ ആ നാവികനെ കണ്ടുമുട്ടും ഒരിക്കൽ." അവൾ ഭ്രാന്തു പുലമ്പുകയാണോ? അയാൾ അമ്പരന്നു. അകാരണമായ ഭയത്തിന്റെ തുള വീണ കപ്പൽപോലെ അയാളൊന്നുലഞ്ഞു.

തുരങ്കത്തിനുമപ്പുറത്താണ് അവൾക്കിറങ്ങേണ്ട സ്റ്റേഷൻ. നിഗൂഢമായ ഇരുട്ടിന്റെ നീളൻ കവാടത്തിനുള്ളിലേക്ക് തീവണ്ടി കടന്നതും അവൾ ഇറങ്ങാനുള്ള ഒരുക്കങ്ങളിൽ മുഴുകി.

ലാപ്ടോപ്പ് ബാഗിനുള്ളിലാക്കി. കാറ്റിലിളകി ഉലഞ്ഞ ചെമ്പൻ മുടിയിഴകൾ പിന്നിലേക്കാക്കി കറുത്തനിറമുള്ള ഒരു ബോ തലയിൽ ഘടിപ്പിച്ചു. അപ്പോഴേക്കും കടുത്ത ഏകാന്തതയുമായി തീവണ്ടി നിന്നു കഴിഞ്ഞിരുന്നു.

സ്റ്റേഷൻ വിജനമായിരുന്നു എന്നുതന്നെ പറയാം. ഒരേയൊരു കൽബഞ്ചും ഒരേയൊരു ഗുൽമോഹർ മരവും. യാത്ര അവസാനിപ്പിച്ച് അവൾ ഇറങ്ങി ബഞ്ചിലിരിക്കുന്നതുവരെ തീവണ്ടി വിശ്രമിപ്പിക്കുന്ന നിശ്വാസമുതിർത്തുനിന്നു.

ആ നേരം പെൺകുട്ടിയുടെ പേര് ചോദിക്കുവാൻ മറന്നതിൽ അയാൾക്ക് ഈർഷ്യ തോന്നി. തന്റെ പേര് അവളും ചോദിച്ചില്ല. പേരുകൾകൊണ്ട് അതിരുകൾ തീർക്കേണ്ടതില്ല രണ്ടുപേർ തമ്മിലുള്ള സംഭാഷണത്തിന് എന്ന് ആരായിരിക്കും ആദ്യം കരുതിയിട്ടുണ്ടാകുക. ജനൽക്കമ്പികൾക്കിടയിലൂടെ അയാൾ ആയാസപ്പെട്ടു നോക്കി. അവൾക്കു ചുറ്റും ഒരു കടൽ വന്ന് നിറയുന്നതും അവൾ മുകളിലേക്ക് ഉയർത്തിപ്പിടിച്ച് ലാപ്ടോപ്പിലെ തരംഗ വെളിച്ചത്തിലേക്ക് മുഖമുയർത്തി ചിരിക്കുന്നതും മാത്രം അയാൾ കണ്ടു. തീവണ്ടി തനിക്കുമാത്രമായുള്ള ഒരു പാളത്തിലൂടെയാണോ ഇപ്പോൾ നീങ്ങുന്നത് എന്നയാൾ സംശയിച്ചു.

താനും ഏതോ ഒരു കടൽ മാത്രം ലക്ഷ്യമാക്കി പോകുന്ന ഒരഭയാർത്ഥി മാത്രമാണ് എന്ന് അയാൾക്ക് ഉറക്കെ പറയണമെന്നുണ്ടായിരുന്നു.

ആ ഒരു നിമിഷ വേഗത്തിൽ തീവണ്ടി പെൺകുട്ടിയേയും അവളുടെ ഭ്രാന്തിമൂത്തമ്മയേയുമൊക്കെ എന്തിന് അയാളെപ്പോലും കടന്ന് ഒരു കടൽപ്പാലത്തിലേക്ക് കടന്നിരുന്നു. അയാൾക്കപ്പോൾ കടലാഴങ്ങളെക്കുറിച്ച് പഠിക്കുവാൻ പെട്ടെന്നൊരു മോഹമുദിച്ചു. തനിക്കും ഇങ്ങനെ അജ്ഞാതയായ ഒരു ഭ്രാന്തിമൂത്തമ്മ ഏതോ ഒരു കാലത്തിൽ ഉണ്ടായിരുന്നിരിക്കണം എന്നു തന്നെയായിരിക്കും അയാളപ്പോൾ ചിന്തിച്ചുകൊണ്ടിരുന്നത്.

വിശുദ്ധപാപങ്ങൾ

ഇത് പുഷ്പമറിയത്തിൽ നിന്ന് സിസ്റ്റർ മേരിലില്ലിയിലേക്കും വീണ്ടും പുഷ്പമറിയത്തിലേക്കും പരിണാമം ചെയ്യപ്പെട്ട ഒരുവളുടെ ദിനസരി കുറിപ്പുകളാണ്. രേഖാചിത്രമായി വേണമെങ്കിൽ ഇങ്ങനെയും അടയാളപ്പെടുത്താം.

പുഷ്പമറിയം സിസ്റ്റർ മേരിലില്ലി പുഷ്പമറിയം

ഇതിൽ തീയതികളും ദിവസപേരുകളും ഉപേക്ഷിക്കപ്പെട്ട നിലയിലാണ്. ജീവിതമെന്ന ഒരു കഥാശരീരത്തിന് അത്തരം ഭാരങ്ങളൊന്നും താങ്ങാനുള്ള കരുത്തില്ലായെന്ന് പുഷ്പമറിയം കൃത്യമായ അടിക്കുറിപ്പും ചാർത്തികൊടുത്തിട്ടുണ്ട്.

ആദ്യപേജുകൾ ഞാൻ ശൂന്യമാക്കിയിടുന്നു എന്നും അത് അവസാനത്തിൽ നിന്നായിരിക്കണം വായനക്കാർ തുടങ്ങേണ്ടതെന്നും ഒരു ബോദ്ധ്യപ്പെടുത്തൽ കൂടിയുണ്ട്. ഇനി ഞാൻ ഉറങ്ങിയുണർന്ന് തുടങ്ങട്ടെ എന്ന തുടക്കത്തിൽ പുഷ്പമറിയത്തിന്റെ ഓർമ്മകൾ മേഘത്തിൽനിന്ന് മഴപോലെ തുളുമ്പി ഒഴുകുന്നത് നമുക്ക് കാണാം. ഇനി കഥ പുഷ്പമറിയം തന്നെ പറയട്ടെ.

കർത്താവ് നീട്ടിവിളിച്ചിട്ടൊന്നുമല്ല ഞാൻ മണവാട്ടിയായി ചെന്നത്. അതങ്ങനെ സംഭവിച്ച് ഞാൻ സിസ്റ്റർ മേരിലില്ലിയായി. ആരെയെങ്കിലുമൊക്കെ പ്രണയിക്കാതെ ഈ കടുത്ത ജീവിതത്തെ എങ്ങനെയാണ് അതിജീവിക്കാൻ കഴിയുക? ഞാനങ്ങനെ കർത്താവിന്റെ കാമുകിയായി.

കൊച്ചുന്നാളീ തൊട്ട് ദൈവവുമായി നിരന്തരമായ ഒരു ബന്ധമുണ്ടായിരുന്നു എനിക്ക്. സാധാരണയായി മിക്ക കുട്ടികൾക്കുമുണ്ടായിരുന്നതുപോലെ ദൈവം തമ്പുരാന് എണ്ണയുമായി പോകുന്ന ആ പുഴുവിനെ കണ്ടതുമുതൽ എനിക്ക് ദൈവത്തിങ്കൽ സംശയമുണ്ടായിരുന്നു.

അന്നൊക്കെ ഞാനതിന്റെ പിന്നാലെ കൊറെ ദൂരൊക്കെ പോകാറുമുണ്ട്. ദൈവമെവിടെയിരുന്നാണ് ഇങ്ങനെ പുഴുവിനൊക്കെ എണ്ണ കൊണ്ടു വരാൻ നിർദ്ദേശം കൊടുക്കണെത് എന്ന് കണ്ടുപിടിക്കണമല്ലോ. എന്റെ ഉദ്ദേശ്യം മനസ്സിലാക്കീട്ടാണെന്ന് തോന്നണു ദൈവം എനിക്ക് പിടി തന്നിട്ടേയില്ല. പിന്നാലെ പോയാലും ആ ചുവപ്പുവരയൻ പുഴു എവിടേലുമങ്ങ് അപ്രത്യക്ഷമാകും. വളർന്നപ്പോൾ അത്തരം പുഴുവിനെയൊക്കെ മറന്നു. പുഴുചരിതം മനസ്സില് കിടന്ന് കിടന്ന് ജീവിതത്തിനൊപ്പം ചുരുണ്ടുപോയി. ദൈവം അപ്പോഴും അവിടൊക്കെതന്നെ ഉണ്ടായിരുന്നിരിക്കണം.

മരോട്ടിക്കൂട്ടത്തിലെ ഗീവർഗ്ഗീസ് അപ്പാപ്പന്റെ വീട്ടില് ദൈവവിളി വന്നൂന്നും, അവടത്തെ അഞ്ചു പെമ്മക്കളില് മൂത്തവളായ അൽഫോൻസ ഗീവർഗ്ഗീസ് മണവാട്ടിയാകാൻ പോകുന്നൂന്ന്മൊക്കെ കേട്ടപ്പഴ് മൊതല് എന്റെ അപ്പനും അമ്മച്ചിക്കും വാശിയായി. എന്നേം മണവാട്ടിയാക്കണംന്ന്. അല്ലേലും എന്റെ അപ്പനിച്ചിരി വാശി കൂടുതലാണ് കേട്ടോ. ഗീവർഗ്ഗീസ് എന്നല്ല ഇടവകേല് ആരെങ്കിലും എന്തേലും ചെയ്താൽ അതൊക്കെ അപ്പനും ചെയ്യണം. അപ്പന്റെ കുറ്റം പറയൂന്നൂന്നൊക്കെ ആളുകള് വിചാരിച്ചാലും പറയാതിരിക്കാൻ പറ്റൂല്ല. അപ്പന് പൈസാ പൈസാന്നൊള്ള ഒറ്റ വിചാരേ ഉള്ളൂ. പിന്നെ പൗശിന്യോം കുശുമ്പും ഒത്തിരിയുണ്ട് ആ കഷണ്ടിത്തലേല്. ഞങ്ങടെ വീട്ടില് അഞ്ച് പെമ്മക്കള് ഒന്നുമില്ലായിരുന്നു. ആകപ്പാടെ ഞാൻ മാത്രം ഒരു പെൺതരി. ബാക്കിയെല്ലാം ശങ്കരാടി ഒരു സിനിമേ പറയണ പോലെ ഘടാഘടിയന്മാരായ എന്റെ ആങ്ങളമാർ.

അപ്പനിങ്ങനെ വീട്ടില് ആഗ്രഹം പറഞ്ഞപ്പം ഞാൻ ദൈവവുമായി ഒരു വാദപ്രതിവാദോക്കെ നടത്തിയിരുന്നു. പള്ളീടെ മോന്തായത്തിൽ കൂട്ടത്തോടെ കുറുകി ഒച്ച വച്ചുകൊണ്ടിരുന്ന പ്രാവുകളത്രേം ഞങ്ങളുടെ സംഭാഷണം കേട്ടതാണ്. ഞാൻ സുന്ദരിയല്ലേ കർത്താവേന്നും എനിക്ക് വല്യ ഒര് നൃത്തക്കാരിയായാൽ മതീന്നുമൊക്കെ ഞാങ്കരഞ്ഞു പ്രാർത്ഥിച്ചു. ഇത് സാധിച്ചുതന്ന് എന്നെ മണവാട്ടിയാക്കാനുള്ള ശ്രമോം ഉപേക്ഷിച്ചു വന്നാൽ ചെലങ്കയും കാലിൽക്കെട്ടി പള്ളിക്കകത്ത് യേശുചരിതം മുഴുവൻ ആടിത്തീർക്കാമേ എന്ന് ഞാൻ വാക്കു കൊടുത്തു. മാലാഖമാരും കൂടെ നൃത്തം ചെയ്യണതൊക്കെ ഞാൻ സങ്കല്പിച്ചും നോക്കി. എന്തായാലും കർത്താവ് എന്നെ തുണച്ചു. പിന്നെ വിളിച്ചിട്ടേയില്ല മണവാട്ടിയാകാൻ. അപ്പനും അമ്മച്ചീംകൂടെ നീ കർത്താവായവന്റെ പ്രിയപ്പെട്ടവളായ മണവാട്ടി എന്ന് പിന്നീട് എന്നെ നിർബ്ബന്ധിച്ച് വാഴ്ത്തിവിടുകയും ചെയ്തില്ല. എന്റെ വാശിക്കു മുന്നിൽ അന്ന് അപ്പനങ്ങു തോറ്റു തന്നൂന്നാ അമ്മച്ചി പറേണെ. പിന്നെ കുറെ കാലം കഴിഞ്ഞ് ഞാനങ്ങ് ചെന്നു. മേരി ലില്ലി എന്ന് നാമകരണപ്പെട്ട് സിസ്റ്ററായി അത്ര തന്നെ. ആ കഥ പറയാനാണെങ്കി ഒത്തിരിയൊണ്ട് അത് പിന്നാലെ വരും.

ഇപ്പം ഞാൻ സിസ്റ്ററൊന്നും അല്ലാട്ടോ. അതും വിധിതന്നെ എന്നല്ലാതെ എന്തു പറയാൻ. സിസ്റ്റർ മേരിലില്ലിയിൽ നിന്ന് പഴയ പുഷ്പമ

റിയത്തിലേക്ക് ഞാൻ തിരികെ നടന്നു. അതും വല്യ ഒരു കഥയാ.

എന്തുപറയാനാ. സിനിമാക്കഥ പോലെയല്ല നമ്മടെയൊക്ക ജീവിതം.

ഇത്രേം നാള് അണിഞ്ഞോണ്ട് നടന്ന ആ സഭാവസ്ത്രം ഊരീപ്പം എന്റെ നെഴല് തന്നെ എന്നെ കുറ്റപ്പെടുത്തലോട് കുറ്റപ്പെടുത്തലാ. അപ്പഴ് എന്റെ ആത്മാവ് അങ്ങ് ഊരിപ്പോയെന്നാ തോന്നീത്. അപ്പോഴേക്കും കർത്താവ് തന്നെ ഒരജ്ഞാതനായിവന്ന് എന്റെ പാദങ്ങളായി കല്ലിലും മുള്ളിലും മുള്ളാണികളിലും കൊള്ളാതെ നടത്തിച്ചൂന്ന് പറഞ്ഞാമതി. ഓ എന്തൊര് ജീവിതാണ് കഴിഞ്ഞുപോയത്. മഠത്തിന് ചുറ്റും മതിലുകളോട് മതിലുകൾ അല്ലാരുന്നോ. ഇഷ്ടികേമ്മേല് പാപം പുണ്യം പാപം പുണ്യം എന്ന് ഏതോ ഒരു നിരാശാകാമുകിയായ സിസ്റ്റർ തെരുതെരെ കോറിയിട്ടിരുന്നു. മഠത്തിന്റെ പറമ്പിലും കുരുകുരുങ്ങനെ നെല്ലിയിലകൾ വീണ് മയങ്ങിക്കിടക്കുന്ന മുറ്റത്തും പണ്ടുമുതല്ക്കേയുള്ള പുരാതനമായ സാത്താൻ മണങ്ങളങ്ങനെ കുലച്ചു നില്ക്കുവാരുന്നൂന്ന് ചെന്ന വഴിയെ ഞാൻ കണ്ടു പിടിച്ചിരുന്നു.

മതിലുകളോട് മതിലുകളെന്നുപറഞ്ഞാൽ മനസ്സിനൊര് മതിൽ. ചിന്തയ്ക്കൊന്ന്. കാഴ്ചകൾക്കു മറ്റൊരെണ്ണം.

അതൊക്കെ ഒരു കണക്കിന് ഓർക്കാതിരിക്കുവാ നല്ലത്. തലയ്ക്ക് പ്രാന്തു പിടിക്കും. ചിരീം കരച്ചിലും ഒപ്പം വരും – അപ്പോഴൊക്കെ ആത്മഗതത്തിന്റെ മരച്ചില്ലകളിലേക്ക് ഒരു പല്ലിയെപ്പോലെ അള്ളിക്കയറി ഇരുന്ന് ജീവിതമേ നീ സാത്താന്റെ വഴികളാകെ അടച്ചുവെക്കണമേ എന്ന് പ്രാർത്ഥന ചൊല്ലിയിട്ടുണ്ട്.

വർഷങ്ങൾക്കുശേഷം കണ്ടപ്പളും അപ്പനും അമ്മച്ചീമൊക്കെ സിസ്റ്ററേന്നും വിളിച്ച് കരയൂന്നെനിക്ക് ഉറപ്പാര്ന്നു. അവര്ടെ ആ പുറപ്പാടിനെ കൈത്തലംകൊണ്ട് തടഞ്ഞതും അമ്മച്ചി കെറുവിച്ചു. പള്ളിക്കാർടെ വെലക്കുകളും മറന്നേച്ചാ ഞാൻ വീട്ടിൽ കയറിയേന്ന കാര്യം അപ്പനും അമ്മച്ചീം ഓർക്കാത്തതെന്തെന്ന് കരുതി ഞാൻ വെള്ളഷാൾകൊണ്ട് മുഖം മറച്ചിരുന്നു. എന്ത് വിളിക്കണം എന്ന അമ്മച്ചീടെ മറുചോദ്യത്തിന് നിങ്ങടെയാ പഴേ പുഷ്പമറിയാന്ന് വിളിച്ചാ മതിയെന്ന് പറഞ്ഞ് ഞാന വരെ കെട്ടിപ്പിടിച്ച് ചിരിക്കേം കരയേം ഉമ്മവെക്കേം ഒക്കെ ചെയ്തു. എന്തുചെയ്യാനാ ഇത്തരം ചെല നിസ്സഹായതകളിൽ ജീവിതമേ നീ നിന്റെ ഇഷ്ടംപോലെ ചെയ്തോ എന്നും പറഞ്ഞ് കൈയും കെട്ടി മാറി നില്ക്കാതെന്തു ചെയ്യും നമ്മൾ?

സഭാവസ്ത്രത്തിനുപകരം ഞാനണിഞ്ഞിരുന്ന ചുരിദാറിന്റെ മേലുടുപ്പിൽ ഒത്തിരി വയലറ്റ് ചിത്രശലഭങ്ങളും ചുവപ്പൻ പ്രേമ ഹൃദയങ്ങളും മഞ്ഞപ്പൂക്കളുംകണ്ട് അമ്മച്ചി എന്നെ മണത്ത് മണത്ത് ചേർത്തു പിടിച്ചതും മുളചിന്തുന്നതുപോലെ ഒറ്റക്കരച്ചിൽ.

എന്റെ കൊച്ചേ എന്ന് അമ്മച്ചി പിറുപിറുത്തുകൊണ്ടേയിരുന്നു.

കൊറേ ദെവസത്തേക്ക് ഞാമ്പിനെ പുറത്തേക്കൊന്നും ഇറങ്ങിയതേയില്ല. അന്നേ വരെ പഠിച്ച പാപപ്പട്ടിക എണ്ണിയെണ്ണി ഓർത്തെടുത്തു. നെടുവീർപ്പുകളുടെ അകമ്പടിയിൽ ഓരോന്നായി പറഞ്ഞു.

ഞാൻ പുറം ജാതിക്കാർടെ വിഗ്രഹ ബലികളെ ഭക്ഷിച്ചു.

ഞാൻ യഹൂദരോട് സംസർഗ്ഗം ചെയ്തു.

ഞാൻ ഇടത്തൂട്ടുകാരോട് സംസർഗ്ഗം ചെയ്തു.

ഞാൻ അവരെ സ്നേഹിച്ചു.

ഇതിലേതു പാപമാണ് പുഷ്പമേ നീ ചെയ്തതെന്ന് പള്ളീല് വെച്ച് അച്ചനും മനസ്സിലെ കുമ്പസാരക്കൂട്ടിൽവച്ച് കർത്താവും എന്നോടെപ്പഴൊക്കെയോ ചോദിച്ചിരുന്നു. രാത്രിയാകുമ്പോൾ മേരിലില്ലിയിലേക്കുള്ള പഴയ ആ പരിണാമ വഴികളിലൂടെ ഒരു പൂച്ചയെപോലെ ഞാൻ എന്നെ നടത്തിച്ചു. ആ നേരം എന്റെ മനസ്സിലെന്തെന്ന് അമ്മച്ചിക്കറിയാം. വെറുതെ കെട്ടിപ്പിടിച്ചും ഉമ്മ വെച്ചും തേങ്ങാക്കൊത്തിട്ട് വറ്റിച്ച ചെമ്മീൻ കൂട്ടാൻ വിളമ്പിയും പിറ്റേന്ന് പുഴയ്ക്ക് അക്കരെയുള്ള പള്ളി വഴികളിലൂടെ നടത്തിച്ചും അമ്മച്ചി സ്നേഹിച്ചുകൊണ്ടേയിരുന്നു. എങ്ങോട്ടൊക്കെയോ കൈകൾ നീട്ടി നില്ക്കുന്നതുപോലെയുള്ള കുരിശും പള്ളി മതിലിനു താഴെയുള്ള ഒന്നും പറയേണ്ട എന്നു പറഞ്ഞ് ഒഴുകുന്ന പുഴയും, എങ്ങോട്ടോ പുറപ്പെട്ടു പോകുന്ന കാറ്റും നോക്കി ഞാനപ്പോൾ എന്റെ ജോസഫിലേക്ക് പ്രവേശിക്കും – സെമിത്തേരിയിലെ കാറ്റാടി മരങ്ങളാകെ ഒന്നിച്ചിളകി വീശുമ്പോൾ ജോസഫിന്റെ ഓർമ്മകൾ കാറ്റാടി മരങ്ങളുടെ പെരും ചൂളം പോലെ വന്നു നിറഞ്ഞ് എന്റെ ഹൃദയത്തെ കടപുഴക്കി എറിഞ്ഞു കളിക്കും. കുറെ കഴിയുമ്പോഴേക്കും ഞാനാകെ തളർന്നു കുഴഞ്ഞ് വീണുപോകും. എപ്പോഴോ പിച്ചവച്ച് ഉയർത്തെഴുന്നേല്ക്കും ജീവിതത്തിലേക്ക്. അത്തരമൊരു ഉയർത്തെഴുന്നേല്പിനൊടുവിൽ ഞാൻ തീരുമാനിച്ചു ഇനി ഈ കഥയിലേക്ക് മേരിലില്ലി ഇല്ല. കഥ തീർത്തും പുഷ്പ മറിയതിന്റേതാണ്. അവളാണ് കഥാപാത്രം.

നിന്റെ മുലഞ്ഞെട്ടുകളിൽ നിന്ന് നീ ദയ ചൊരിഞ്ഞില്ലായിരുന്നെങ്കിൽ ഞാൻ മരിച്ചുപോയേനെ എന്റെ പുഷ്പമറിയമേ എന്ന് ജോസഫ് പറഞ്ഞത് പകൽപോലും ഇരുണ്ട് നിന്ന ഒരു മഴക്കാല മദ്ധ്യാഹ്നത്തിലായിരുന്നു. ഓ, അന്നത്തെ ആ പൂക്കലും കായ്ക്കലും..... ഞങ്ങളപ്പോൾ ഏകാന്തതയിൽ പൊട്ടിമുളച്ചുവന്ന രണ്ടു മരങ്ങളായി.

പ്രേമത്തിന്റെ അറ്റം കാമമാണെന്ന ചിന്ത തീക്കനലിൽ നീറ്റിയെടുത്തു തന്ന ജോസഫ്.

ഇറച്ചിവെട്ടുകാരൻ ജോസഫ്.

കവിയായ ജോസഫ്.

കമ്യൂണിസ്റ്റായ ജോസഫ്.

ജോസഫിന്റെ വിശേഷണങ്ങളായിരുന്നു ഇതെല്ലാം. പോരെ പുകില്.

പള്ളിവക സുവനീറിൽ ജോസഫ് പുഷ്പ മറിയത്തെക്കുറിച്ച് ഒരു കവിതയെഴുതി. അതൊരു ബോദ്ധ്യപ്പെടുത്തലായിരുന്നു. ഇടവകക്കാർക്കുവേണ്ടിയുള്ള തുറന്നുവെയ്ക്കൽ.

അവളാകട്ടെ ഇടവകയിൽ നിന്ന് ആദ്യമായി നൃത്തമഭ്യസിക്കുവാൻ

പോയ പെണ്ണ്.

പിന്നേം പുകില് – മോരും മുതിരയും പോലെ എന്ന് അസൂയ മൂത്ത കുരുത്തംകെട്ട ചില വിശ്വാസ കമ്മിറ്റിക്കാർ പള്ളി മതിലിൽ കരിക്കട്ട കൊണ്ട് എഴുതിപിടിപ്പിച്ചുവെങ്കിലും ജോസഫിന്റെ നെഞ്ചുവിരിച്ച നോട്ടത്തിനു മുൻപിൽ അവരൊക്കെ പതറി.

ജോസഫ് പോത്തിനെ ചെറുകഷണങ്ങളാക്കി ചുവപ്പുചായം പുരട്ടിയ ചെറു ചിത്രങ്ങൾ പോലെ ഇറച്ചിത്തട്ടിൽ നിരത്തിവെച്ചു. ചെഗുവരെയുടെ പടമുള്ള ചുവന്ന ടീഷർട്ടിനുള്ളിലെ ജോസഫിന്റെ നെഞ്ചകത്ത് രാവും പകലുമില്ലാതെ പുഷ്പയുടെ നൃത്തച്ചൊല്ലുകൾ മുഴങ്ങിക്കൊണ്ടേയിരുന്നു.

പുഷ്പേടമ്മ മറിയക്കുട്ടിയും ജോസഫിന്റെ അമ്മ ത്രേസ്യയും ഒരേ പള്ളിക്കൂടത്തിൽ ഒരേ ബഞ്ചിലിരുന്ന് കണക്കും മലയാളോമൊക്കെ പഠിച്ചിട്ടുണ്ടെന്ന് പുഷ്പയ്ക്കും ജോസഫിനും അറിയാമായിരുന്നു. അമ്മമാരുടെ ആ ബന്ധമായിരുന്നു അവരുടെ പ്രേമസഞ്ചാരത്തിനുള്ള പാലം.

"എടീ ത്രേസ്യപ്പെണ്ണേ പുഷ്പക്കൊച്ച് വല്താവ്മ്പം നർത്തം ചെയ്യൂന്ന് എനിക്കറിയായിരുന്നെടീ. അവള് ഗെർഭത്തി കെടന്ന് പോലും താളം ചവുട്ട്വാല്ലാരുന്നോ."

മറിയക്കുട്ടി അഭിമാനത്തോടെ പറഞ്ഞത് പുഷ്പേം ജോസഫും ഒന്നിച്ചുനിന്ന് കേട്ടിട്ടുണ്ട്.

ഇഞ്ചിത്തടത്തിലെ തളിരിലകളെ നോവാത്തവിധം തെരുപ്പിടിപ്പിച്ച് തണുത്ത നീർച്ചാലുകളിൽ പാദങ്ങൾ പൂഴ്ത്തി വച്ച് ജോസഫും പുഷ്പമറിയവും ക്രിസ്തുദേവനെ സ്തുതിക്കുന്ന ഗീതങ്ങളുണ്ടാക്കി പാടി.

"ക്രിസ്തുവിന്റേം നിന്റേം ചെഗുവരേടേം മുഖം ഒരുപോലാ ഇരിക്കണെ." അവൾ ചെഗുവരെയുടെ നക്ഷത്രകണ്ണുകളിൽ തലോടി നിന്നു പറഞ്ഞു.

"അല്ലേലും യേശൂം വിപ്ലവകാരിയല്ലാരുന്നോ." ജോസഫ് മുഷ്ടി ചുരുട്ടി മന്ത്രിച്ചു.

രാവിലെ നുറുക്കി കൂട്ടിയ ഇറച്ചിയുടെ ചോരമണം കളയാൻ ജോസഫ് വെളിച്ചെണ്ണയും നാരകയിലയും കൂട്ടിതിരുമ്മി കൈവെള്ളയിൽ തേച്ചുപിടിപ്പിച്ചിരുന്നു.

അയാൾ പുഷ്പയുടെ ചെവികളിലും കഴുത്തിലും മാറിടത്തിലും കുന്തിരിക്കഗന്ധം തേടി മണത്തു. എല്ലാം കണ്ടെങ്കിലും കർത്താവ് ഒന്നും കാണാത്തപോലെ ചിരിച്ചുനിന്നു. പ്രിയേ ഞാനന്റെ പ്രണയം നിനക്കു തരും എന്നൊക്കെ പറയാനുള്ള സാഹിത്യവാസന ഉണ്ടായിട്ടും ഒന്നും മിണ്ടാതെ അയാൾ അവളുടെ നൃത്തച്ചുവടുകൾ വെയ്ക്കുന്ന പാദങ്ങളെ ചേർത്തു പൊതിഞ്ഞു പിടിച്ചു, പൂക്കളെ എന്നവണ്ണം.

മറിയക്കുട്ടിയും ത്രേസ്യയും ഉണക്കമീനും പച്ചക്കറികളും കൊടമ്പുളിയുണങ്ങിയതും വില്ക്കുന്ന പീടിക മുറികൾക്കരികിൽ ഒരു ഇറച്ചിക്കട

തുടങ്ങണമെന്ന മോഹം അയാൾ അവളോടു പറഞ്ഞു.

കവിതേം കമ്യൂണിസോം കൊണ്ട് ജീവിക്കാമ്പറ്റൂലല്ലോ.

പുഷ്പമറിയം യാതൊന്നും കേൾക്കുന്നേയില്ലായിരുന്നു. എങ്ങനെ കേൾക്കും. അന്ന് ഡാൻസ് ക്ലാസിൽ ടീച്ചർ പഠിപ്പിച്ച ചില ചൊല്ലുകളിൽ മനസ്സ് താളമിട്ടു, പറക്കുകയല്ലാരുന്നോ. അവൾ പാദസരങ്ങളണിയാത്ത പാദങ്ങൾകൊണ്ട് പളുങ്കു വെള്ളത്തുള്ളികളെ നൃത്തം ചെയ്യിച്ചു. ഉച്ചസ്ഥായിയിലെ ഒരു തക്കിട തകതിമിയുടെ താളത്തിൽ ജോസഫിനെ മടിയിൽ കിടത്തി വിരലുകളെ ഓമനിക്കുക മാത്രം ചെയ്തു. ഇഞ്ചിമുളപ്പുകളുടെ പച്ചപ്പുകൾ അവർക്കു ചുറ്റും രോമാഞ്ചമണിഞ്ഞതുപോലെ കൂമ്പിനിന്നു. പള്ളി സെമിത്തേരിയിലെ നീല വാകപ്പൂക്കളുടെ മെത്തമേൽ പുഷ്പ ജോസഫായും ജോസഫ് പുഷ്പയായും പരിണമിച്ചു. അവർക്ക് ചുറ്റും ആത്മാക്കൾ ഇണചേരുന്നതായി ജോസഫ് ചെവിയിൽ പറഞ്ഞു.

അക്കൊല്ലത്തെ വല്യപള്ളീ പെരുന്നാളിനായിരുന്നു പുഷ്പമറിയത്തിന് തൃപ്പൂണിത്തുറ ഡാൻസ് സ്കൂളിൽ ചേർന്ന് നൃത്തം പഠിക്കുവാനുള്ള പ്രവേശന കാർഡുമായി പോസ്റ്റുപെണ്ണ് സത്യഭാമ വീട്ടിലെത്തിയത്. അവൾ സന്തോഷം കൊണ്ട് സത്യഭാമയുടെ വിയർപ്പണിഞ്ഞ താടിയിലെ കറുത്ത പുള്ളിയിൽ ചൂണ്ടുവിരൽ അമർത്തി സന്തോഷം പ്രകടിപ്പിച്ചു.

സത്യഭാമ കത്തുകളും മാസികകളുമൊക്കെ നിറഞ്ഞ തോൾ സഞ്ചി അരപ്ലേസിൽ വച്ച് നെറ്റിയും കഴുത്തും സാരിത്തുമ്പുകൊണ്ട് അമർത്തിത്തുടച്ച്, പുഷ്പമറിയം ഇഞ്ചിയും പച്ചമുളകും ചതച്ചിട്ട് ഉണ്ടാക്കിക്കൊടുത്ത മോരും വെള്ളം വലിച്ചു കുടിച്ച് അവളെ സാകൂതം നോക്കി.

“വല്യ ഡാൻസ് കാരിയാക്മ്പം എന്നെയൊക്കെ ഓർത്തേച്ചാ മതി.

ആട്ടെ, ജോസഫ് സമ്മതിക്കുവോ.” ജോസഫുമായുള്ള ബന്ധം അറിയാമെന്ന ഒരു ആഴച്ചിരിയോടെ സത്യഭാമ പുഷ്പയോട് ചോദിച്ചു. “നെന്റെ ഇടവകക്കാര് സമ്മതിക്കുവോ.”

“എന്താ ഞങ്ങക്ക് നൃത്തം ചെയ്താല്? നിങ്ങക്കൊക്കെ ഒര് ചിന്തയൊണ്ട് ഞങ്ങക്കിതൊന്നും പറ്റൂല്ലന്ന്. അതങ്ങ് പള്ളീപോയി പറഞ്ഞാമതി.”

“അതല്ല” - സത്യഭാമ പരുങ്ങലോടെ പറഞ്ഞു.

“എന്നാലും ജോസഫിന് ഇറച്ചി വെട്ടല്ലേ ജോലി. അതെങ്ങനെ ശര്യാകും.”

“ഒരെന്നാലുമില്ല.”

“ഇന്റെ സത്യാമേ, അത് പുള്ളീടെ കാർന്നോമ്മാരായി കാലാകാലങ്ങളായി ചെയ്യണ പണിയല്ലേ. സത്യാമയ്ക്കറിയോ. പുള്ളിക്കാരനാ മുമ്പന്തീല് നിന്ന് ഡാൻസ് പഠിക്കണോന്നും പറഞ്ഞ് എന്റപ്പനോട് പോരാട്യേ.”

“അറിയ്യോ നിങ്ങക്ക്.”

“എന്തായാലും എനിക്ക് അറപ്പാ ജോസഫിനെ കാണമ്പം.”

സത്യഭാമ വളച്ചുകെട്ടില്ലാതെ കാര്യം പറഞ്ഞു.

“ഇന്നാളൊരിക്കെ ജോസഫിന്റെ അമ്മ ആ ത്രേസ്യ പെമ്പ്ളക്ക് നമ്മടെ സഹകരണ ബാങ്കീന്ന് വന്ന ഒര് കടലാസ് ജോസഫാ എന്റെ കൈയീന്ന് ഒപ്പിട്ട് വാങ്ങ്യേ. അയാക്കടെ കൈയുമ്മല് ചോര ഉണങ്ങി പിടിച്ചിരിക്കണ കണ്ട് സത്യായ്ട്ടും ഞാമ്പേടിച്ചു.

ജന്ത്ക്കടെയായാലും മനുഷമ്മാരെടെയായാലും ചോര ചോര തന്നേല്ലേ. വീട്ടിച്ചെന്ന് ചോറ് വെളമ്പി മുന്നി വെക്കുമ്പളും എനിക്ക് ജോസഫിന്റെ ചോരമണം ഓർമ്മ വന്നിട്ട് ഞാൻ ഓക്കാനിച്ചു.

അങ്ങനെയുള്ളപ്പം നീ എങ്ങനെ കഴിയും അയാക്കടെ കൂടെ. അയ്യാക്കൊപ്പം കെടക്കാനാള്ളോളല്ലേ നീ പുഷ്പേ. പേടിയാകുല്ലേ നിനക്ക് പുഷ്പേ.”

സത്യഭാമ പുഷ്പേടെ മറുപടി കേൾക്കാൻ നില്ക്കാതെ മൂലയിൽ ചാരിവച്ചിരുന്ന കാലൻ കുടയുമെടുത്ത് കക്ഷത്തിൽ വെച്ച് സഞ്ചിയിൽ മുറുകെ പിടിച്ചു നടന്നു. മുറ്റത്തെ ചാമ്പത്തണലിൽ നിരന്നു കിടന്ന ചോര നിറമുള്ള ചാമ്പങ്ങ പഴങ്ങൾ പെറുക്കി എടുത്താണ് നടപ്പ്.

“അതെ ഞങ്ങടെ കാര്യം ഞങ്ങള് നോക്കിക്കോളാം. നിങ്ങള് ആവശ്യോല്ലാത്ത കാര്യങ്ങളിലൊന്നും തലയിടാൻ നിക്കണ്ടാട്ടോ. പോസ്റ്റാഫീസിലെ ജോലി മര്യാദയ്ക്കു ചെയ്താൽ മതി.”

സത്യഭാമയെ രോഷത്തോടെ പറഞ്ഞു വിട്ട് പുഷ്പമറിയം വീട്ടിലെ യേശുവിന്റെ മുന്നിൽ രണ്ടു മുട്ടൻ മെഴുകുതിരി കത്തിച്ച് ഉരുകലോടെ മുട്ടുകുത്തി. പൊള്ളിപ്പോയ മനസ്സില് ജോസഫിന്റെ കവിത തണുത്ത തൈലമായി പരന്നൊഴുകി.

പുഷ്പമറിയം ഒരു പ്രതിജ്ഞ എടുത്തിരുന്നു. ഇടവക പള്ളീല് തന്നെ, നൃത്തമാടി അരങ്ങേറ്റം കുറിക്കണം. ഒരിക്കൽ ശവക്കല്ലറകൾക്കുള്ളിലെ മരണപ്പെട്ടവരെല്ലാം അവളെ ആത്മവിശ്വാസപ്പെടുത്തി കൈകൾ കൊട്ടുന്നത് അവൾ കേൾക്കുകയും കൂടി ചെയ്തു. പേരറിയാ പൂക്കളും ഇലകളും പേറി കുഞ്ഞു ചെടികൾ രോമാഞ്ചം കൊണ്ട് എഴുന്നേറ്റു നിന്നു.

അമ്മച്ചി കുറിച്ചിട്ടി പിടിച്ച് പുഷ്പ മറിയത്തിന് അരങ്ങേറ്റത്തിനുള്ള സാധന സമാഗ്രികൾ ആവേശപൂർവ്വം വാങ്ങിക്കൂട്ടി – എപ്പോഴും നൃത്തം ചെയ്യുന്ന ഒരു ജോടി ജിമുക്കയും നിറയെ വർണ്ണപ്പൊട്ടുകൾ പതിപ്പിച്ച മാലയും ജോസഫാണ് അവൾക്ക് രഹസ്യമായി സമ്മാനിച്ചത്. അയാളുടെ ടീ ഷർട്ടിലെ ചെഗുവരെയുടെ തിളക്കമുള്ള കണ്ണുകളിൽ അവളപ്പോൾ ഉമ്മ വെച്ചു.

പുഷ്പയുടെ അരങ്ങേറ്റം ജോസഫിന്റെ ജീവിതത്തിന്റെ അരങ്ങിറക്കം കൂടിയാകുമെന്ന് ആരും കരുതിയില്ല. കർത്താവുപോലും അറിഞ്ഞു കാണില്ല ഒന്നും. നൃത്തത്തട്ടിൽ അവൾ മഗ്ദലനയായിരുന്നു.

മെയ് വഴക്കങ്ങളിൽ, അരമണ്ഡലത്തിൽ ജ്വലിച്ചുനിന്ന അവൾ സ്റ്റേജിന് തൊട്ടടുത്ത് ചെഗുവരെയെ ചേർത്ത നെഞ്ചുമായി നിന്ന ജോസഫിനെ കണ്ടു. പച്ച ബൾബുകളാൽ അലങ്കരിച്ച ഒരു മരത്തിനു കീഴിൽ അയാൾ പച്ചയുടെ വേലിയേറ്റത്തിലൂടെ കണ്ണുകൾകൊണ്ട് പുഷ്പയി

ലേക്ക് തുഴഞ്ഞെത്തിയപ്പോഴായിരുന്നു അതു സംഭവിച്ചത്. ആൾക്കൂട്ട ത്തിലേക്ക് ജോസഫ് തെറിച്ചു വീണു.

"കൊല്ലടാ ആ പന്നിയെ

ആ അഴിഞ്ഞാട്ടക്കാരീടെ ഒരു ആട്ടം.

എറച്ചിവെട്ടുകാരൻ എറച്ചിവെട്ട്യാ മതി.

ഇവിടൊന്നും നെരങ്ങണ്ട... ഓ അവന്റെ മറ്റേടത്തെ അവളല്ലേ തട്ടില്. അവന്റെ ഒരു കാഴ്ച. ഒടുക്കത്തെ നോട്ടം കണ്ടില്ലേ."

പുഷ്പയുടെ ആട്ടം നിന്നുപോയി. സ്റ്റേജീന്ന് ഓടി ഇറങ്ങിയത് മാത്രേ അവൾക്ക് ഓർമ്മയുള്ളൂ. ചിലങ്ക മുത്തുകൾ പൊട്ടിയടർന്ന് പേടിയോടെ എങ്ങോട്ടൊക്കെയോ ഓടിപ്പോയി.

ബാക്കി കഥ ഇടവകേലും നാട്ടിലും ആരൊക്കെയോ പറഞ്ഞു നടന്നു.

അല്ലെങ്കിൽ എന്തിനാണ് പറയുന്നത്. കഥയുടെ പരിണാമ ദശയിലെ ഏടുകൾ എല്ലാം ചിന്തിക്കാവുന്നതേയുള്ളൂ. ഇറച്ചിവെട്ടുകാരൻ ജോസഫ് രക്തവും മാംസവും മാത്രമായി ചിതറി. ചിലരുടെയൊക്കെ ഓർമ്മക ളിൽ കുറച്ചുനാളൊക്കെ നീറിക്കിടന്നു.

അതിനുശേഷമാണ് പുഷ്പമറിയം കർത്താവ് ആഗ്രഹിക്കാതെയും വിളിക്കാതെയും പുള്ളിക്കാരന്റെ മണവാട്ടിയായത്. സിസ്റ്റർ മേരിലില്ലി യായി മഠത്തിന്റെ പടികളിലേക്ക് ലക്ഷ്യം തെറ്റി നടന്നത്. ഇപ്പോൾ ഇതാ സഭാവസ്ത്രം ഊരി വീണ്ടും പുഷ്പമറിയവുമായി.

പള്ളിമണി കണ്ണുകൾ തുറന്നുപിടിച്ച് ശ്വാസംമുട്ടി കുഴയുന്നതു കണ്ട് പരേതരുടെ കൂട്ടപ്രാർത്ഥന ഇരുളിൽ നിന്ന് പൊന്തിവരുന്നുണ്ടോ എന്ന് ഇടവകയാകെ ചെവിയോർത്തു. പുഷ്പമറിയത്തിന്റെ ഡയറി താളുകൾ അക്ഷരങ്ങളെ പുണർന്ന് കെട്ടിമറിഞ്ഞു. പുഷ്പമറിയം എഴുതിക്കൊണ്ടേ യിരിക്കുന്നു.

ഞങ്ങളുടെ വീടിന്റെ അറയ്ക്കുള്ളിലെ ചരിത്രമണം പുരണ്ട കറുത്ത ചട്ടയുള്ള *ബൈബിളി*നുള്ളിൽ എന്നോട് മാത്രം മിണ്ടുന്ന ശബ്ദം ഉണ്ടാ യിരുന്നു. എന്നെ മാത്രം തൊട്ടുകരയുന്ന സെമിത്തേരിയിലെ കാറ്റുണ്ടാ യിരുന്നു. പള്ളിത്തണുപ്പിൽ എനിക്കായി മാത്രം കാവല്ക്കാരനുണ്ടായിരുന്നു.

ഞാനിതാ നൃത്തം ചെയ്യാൻ പോകുന്നു. പള്ളിമുറ്റത്തല്ല.

തെരുവിൽ.

എനിക്കു മുമ്പിൽ പെട്ടെന്ന് മുളച്ചുപൊന്തിയ മരക്കുരിശിലേക്ക് ഒരു സുഗന്ധം ഇരച്ചുകയറി. ഞാൻ ആനാൻ വെള്ളത്തിൽ മാമോദിസാപെട്ട തുപോലെ ആകാശത്തേക്കു കണ്ണുകൾ മിഴിച്ചു. കാറ്റിലൂടെ വന്ന ജോസ ഫിന്റെ ചോര ഗന്ധം പെട്ടെന്ന് സൗരഭ്യം ചൊരിഞ്ഞ് എന്നെ പൊതിഞ്ഞു വയ്ക്കുന്നു. എന്തോ മിണ്ടാനാഞ്ഞ് നിവർന്നുനോക്കി മര ക്കുരിശിതാ വീണ്ടും മിണ്ടാതെ നില്ക്കുന്നു.

ഞാൻ കന്യാമറിയമായി.

എന്റെ പാപപ്പട്ടികകൾ എന്നെ വിശുദ്ധ മേലാപ്പു ചാർത്തുന്നു.

ഒരു ന്യൂജെൻ ഡോക്യുമെന്ററി

ചന്തേലിലെ ദീപൂം വല്യത്തെ സന്തോഷും പ്ലാവിടീലെ ഹരിയും ഇല്ലിക്കൂട്ടത്തിന് മറവിൽ ഇരുന്ന് തലേന്ന് സിനിമ തിയേറ്ററിൽനിന്ന് കിട്ടിയ തോന്ന്യാസ ചിന്തകളെ കഞ്ചാവ് പുകയിലൂടെ എറിഞ്ഞ് കളിക്കുകയായിരുന്നു. പുതുകാലത്തെ മുന്നോട്ടുകൊണ്ടുപോകേണ്ട ഈ ക്വട്ടേഷൻ ടീമംഗങ്ങൾക്ക് ഒട്ടും യോജിക്കാത്ത ചില കൗമാരഭാവങ്ങൾ അവരെ കോമാളികളാക്കി തീർത്തതുപോലെ.

"നമുക്കീ നശിച്ച ജീവിതം ഇട്ടേച്ചങ്ങ് പോയാലോ?"

ജീവിതം എന്ന വാക്കിന്റെ കൊളുത്തിൽ സകല യുവാക്കൾക്കും പരിചിതവും എന്നാൽ അത്രയേറെ ദുർഗ്രഹമല്ലാത്തതുമായ ഒരു തെറി പെട്ടെന്ന് തൂക്കിയിട്ട്, സാധാരണ നാട്ടിൻ പുറത്തുകാരനും തൊഴിലില്ലാത്തവനുമായ ഒരു പ്രണയരഹിത, കറുത്ത ചെറുപ്പക്കാരനിൽ ഉണ്ടാകാനിടയുള്ള ആ ചോദ്യമുള ആദ്യം പുകയ്ക്കുള്ളിൽ നട്ടത് സന്തോഷാണ്. അപ്പോഴും അവന്റെ പുകകൊണ്ടു കറുത്തുപോയ, യൗവന തീക്ഷ്ണത തൊട്ടുതീണ്ടിയിട്ടില്ലാത്ത വിളർത്ത ചുണ്ടിലിരുന്ന് ഒരു പുകച്ചുരുൾ അതിന്റെ അന്ത്യഘട്ടത്തിലേക്ക് ഒടുങ്ങാനായി തെളിഞ്ഞുനിന്നു.

"എന്തു ചെയ്യാനാ.... ഒര് സ്വസ്ഥതേം കിട്ടുന്നില്ല."

വീണ്ടും ഒരു മുട്ടൻ തെറി നാക്കിനെ ചുറ്റിവരിഞ്ഞുകിടന്നത് കുടഞ്ഞുകളയാൻ ശ്രമിച്ച്, ചുണ്ടുകൾ കടിച്ചമർത്തി സന്തോഷ് കോപത്തിലേക്ക് മലർന്ന് പറഞ്ഞു.

ദീപുവും ഹരിയും മറ്റേതോ ലോകത്തിന്റെ വാതിൽപ്പാളികൾ തുറന്നു വരുന്നതുപോലെ സന്തോഷിനെ തുറിച്ചു നോക്കിയിരുന്നു.

"യ്യോ. മറന്നു. ഡാ .... അവന്മാര് സ്റ്റേഷനിലെത്തിക്കാണും.

എല്ലാം പറഞ്ഞുറപ്പിച്ചിട്ടുണ്ട്, ഫോണിലൂടെ. വാട്സ് ആപ്പിലും

കൊടുത്തു മെസ്സേജ്." സന്തോഷ് ധൃതി കൂട്ടി. "നീ ജസ്റ്റ് അവരെ പിക്ക് ചെയ്യുന്നു. അടയാളം പറയുന്നു........... സംഭവം നടത്തി പൈസ വാങ്ങുന്നു. ഓ കെ."

മൂവരും ഒറ്റ ബൈക്കിൽ കയറി സ്റ്റേഷനിലേക്ക് തിരിച്ചു. ഇനി ഇതിലൊരാൾ മറ്റു രണ്ടുപേരെ ഇരുൾ മറവിൽ കാവൽ നിർത്തി വേണ്ട തെല്ലാം വേണ്ടതുപോലെ ചെയ്യുകയേ വേണ്ടു - ട്രെയിനിപ്പോൾ ആ ഇരുട്ട് ഗുഹയും കടന്ന് എത്തിയാൽ പ്ലാൻ ചെയ്തതെല്ലാം അങ്ങു സംഭവിക്കും. ക്വട്ടേഷൻ കിറു കൃത്യം - ഓർത്തപ്പോൾ മൂവരും വൗ എന്ന് ഒച്ചവെച്ചു.

****

ഇതൊക്കെയാണ് സർ ഈ ചെറുപ്പക്കാരുടെ യൗവനരഹിത ജീവിതത്തിന്റെ ഫ്ളാഷ് ബാക്ക് - സിറിയക് ഫ്രഞ്ചു താടിയിൽ ഇടതു കൈയിലെ വിരൽത്തുമ്പുകൾകൊണ്ട് തൊട്ടുഴിഞ്ഞ്, തലോടി ബിജു തച്ചോടൻ എന്ന ഡോക്യുമെന്ററിക്കാരന് ഭാവന തേച്ചുപിടിപ്പിച്ച ഒരു വിശദീകരണം നല്കി.

"ലുക്ക് സിറിയക് - ഇപ്പഴീ ക്ഷുഭിത യൗവനം എന്നു മാത്രമായി ഒന്നില്ല. എല്ലാരും ക്ഷുഭിതരാണ്. അനുഭവങ്ങളുടെ പകപ്പുകൾക്കിട യിലേക്ക് ആഞ്ഞു തുപ്പിക്കൊണ്ടേയിരിക്കുന്നവർ.....

അതുപോട്ടെ. നമ്മക്ക് നമ്മുടെ പണിതുടങ്ങാം.

പിന്നെ ഈ ബീഡീം സിഗരറ്റുമൊന്നും അത്രയ്ക്കങ്ങ് പ്രചരിപ്പി ക്കണ്ടാ." ബിജു തച്ചോടന്റെ നിർദ്ദേശം.

"അതു കുഴപ്പമില്ല. മദ്യപാനോം പുകവലീമൊക്കെ കാണിച്ചേച്ച് ഇവയൊക്കെ ആരോഗ്യത്തിന് ഹാനികരം എന്നെഴുതിയേച്ചാ മതീന്നേ സ്ക്രീനിൽ....."

സിറിയക് പറഞ്ഞു.

"വേണമെങ്കിൽ ഈ യുവാക്കളെ താടിക്കാരാക്കാം. പഴയ കാല ചിത്രങ്ങളിൽ നീ കണ്ടിട്ടില്ലേ.

അടിയന്തിരാവസ്ഥ കാലത്ത് ഒക്കെ കണ്ടിട്ടില്ലേ സിറിയക്. താടി ഒരടയാളമായിരുന്നു.

നിരാശയുടെ. ക്രോധത്തിന്റെ..

വൈരാഗ്യത്തിന്റെ വിദ്വേഷ കവിതകളാൽ ഒട്ടിപ്പിടിച്ചുപോയ കറുത്ത ചുണ്ടുകളും ആയിക്കോട്ടെ. പിന്നെ ഇല്ലിക്കൂട്ടവും നാട്ടുവഴികളും കുഴപ്പമില്ല.."

"വേണമെങ്കിൽ നിരാശാഭരിതരായ കാമുകൻമാരും ആക്കിക്കോളു അവരെ.."

ബിജു തച്ചോടൻ നിർത്തുന്നേയില്ലല്ലോ എന്നോർത്തപ്പോൾ സിറി യക്കിന് ഈർഷ്യ ബാധിച്ചു.

ബിജു തച്ചോടനെ അങ്ങേരുടെ പാട്ടിന് വിട്ട് സിറിയക്, തിരക്കഥ യുടെ നട്ടെല്ലിന് ബലം കൂട്ടാനായി ഒരു കപ്പ് കട്ടൻ ചായയും തറവാ

ടികളുടെ ഇടയിൽ പേരുകേട്ട ബ്രാൻഡിലുള്ള, കാമം നുരയിടുന്ന ചുടു ചോര പോലെയുള്ള മദ്യം നിറച്ച വെൺസ്ഫടിക പാത്രവും മുൻപിൽ വച്ച്, ആലോചനയിലാണ്ടു.

ചുണ്ടിൽ സിഗരറ്റിന്റെ പുക വളയങ്ങളെ മാദക നൃത്തം ചെയ്യിച്ച്, സോഫയിലേക്ക് ചെരിഞ്ഞ് നോട്ടങ്ങളെയും ചിന്തകളെയും ഭാവന കൊണ്ടുരസിയുരസി അപ്പോൾ വന്ന ചിരിയെ ചുണ്ടിൽ മലർത്തിയിട്ട് പുകയൂതലിന്റെയും മദ്യസേവയുടെ ഗുളുഗുളുവിലേക്കും ഉഴറി നീങ്ങി അയാൾ.

ഇടയ്ക്ക് ഒരിക്കൽ സിറിയക് ഉറക്കത്തിന്റെ ഊഞ്ഞാൽ പടിയിലേറി തകിടം മറിയുകയും ചെയ്തു.

****

ബിജു തച്ചോടന് എന്നും നാട്ടുവഴികളോടായിരുന്നു കമ്പം. അതു കൊണ്ടാണ് അയാൾ ദീപൂം സന്തോഷും ഹരീം കൂടി ഇറങ്ങിത്തിരിച്ച നാട്ടുവഴിപ്പച്ചകൾക്കുനേരെ ക്യാമറയുടെ പൂച്ചക്കണ്ണുകളെ ആഭിചാരം ചെയ്തയച്ചത്.

എല്ലാ പാതകളെയും പോലെ നമ്മുടെയീ മൂവർ സംഘത്തിന്റെയും പാതകൾക്ക് ചെമ്മണ്ണ് നിറം തന്നെ. ഒരു മുക്കവലയിലാണ് ദീപുവിന്റെ ചന്തേലിൽ വീട്. ഒതുക്കുകല്ലുകളുടെ പുരാവൃത്ത ചവിട്ടടികളിൽ കറുക നാമ്പുകൾ ബലിയർപ്പിക്കാനെന്നപോലെ കൂമ്പിനിന്നിരുന്നു, മുറ്റത്തിന്റെ വടക്കേ മൂലയിൽ ഒരു വെള്ള മന്ദാരത്തിൽ ഒരിക്കലും പൂക്കുകയില്ല എന്ന മട്ടിലുള്ള വാശിയോടെ പച്ചിലകളെ കുമ്പിട്ടു നിർത്തിയിരിക്കുന്ന തുപോലെ.

ചന്തേലിൽ വീട്ടിലെ പാരമ്പര്യത്തെ കറുത്ത് പഴകിയതാക്കി കിട ത്തിയ മച്ചിൽനിന്നും, എണ്ണമറ്റ കുഞ്ഞിച്ചിലന്തികളെ ഗർഭമേന്തിയ ഒരു വലിയ ചിലന്തി, പൊട്ടിയടർന്ന ഭിത്തിയുടെ വിള്ളലിലേക്ക് ആലസ്യ ത്തോടെ ഒതുങ്ങിയിരുന്ന് പരിസരം വീക്ഷിച്ചു.

ഇരുട്ട് വിരിച്ചിട്ട ചായ്പിനുള്ളിൽ മനുഷ്യമൂത്രത്തിന്റെ കടും ഗന്ധത്തിനുള്ളിൽ കിടക്കുന്നത് ചന്തേലിൽ വീടിനെയും നാടിനെയും ചുവപ്പിച്ച് വിറപ്പിച്ചിരുന്ന കണ്ണപ്പൻ എന്ന സഖാവാണ്. ദീപുവിന്റെ അച്ഛൻ. ദീപു ബിജു തച്ചോടന്റെ മുന്നിലേക്ക് ഓർമ്മകളെ കുത്തി മറിച്ചിട്ടു. പര മ്പരാഗതമായി ചെയ്തുവന്നിരുന്ന കള്ളുചെത്തലും തിരുമ്മുവിദ്യയും ഗുസ്തിയും തന്നെ സഖാവ് കണ്ണപ്പനും ചെയ്തു. കള്ളുചെത്തിയെടുത്ത്, അരയ്ക്കു പിന്നിൽ കെട്ടിവച്ച ഒരു മൂത്ത എല്ലിൻ കഷണത്തിനുമേൽ മുട്ടിയുരുമ്മികിടന്ന വലിയ കുടുക്കയിലേക്ക് പതയിട്ട് ഒഴിച്ച് നാട്ടിലെ കുടിയന്മാരെയൊക്കെ മോഹിപ്പിച്ച് പ്രൗഢിയോടെ നടക്കുമായിരുന്ന സഖാവ് കണ്ണപ്പൻ ഒരിക്കൽ പോലും പാർട്ടിയുടെ ആദർശങ്ങളും അച്ച ടക്കവും വെടിഞ്ഞ് ഒരു മദ്യപാനി ആയില്ല. നാട്ടിലാകെയുള്ള ചന്തക്കാരി പെണ്ണുങ്ങളുടെ ഒളികണ്ണുകളിലെ ആരാധനാ പുരുഷനായിട്ടും അയാൾ ഭാര്യ ഭവാനിയുടെ ഉത്തമ ഭർത്താവായിരുന്നു. നിരാശരായ ചില കാമി

നിമാരുടെയൊക്കെ മനസ്സുകളിൽ സഖാവ് കണ്ണപ്പൻ സദാ നീണ്ടു നിവർന്നു കിടന്നു. അയാൾ അറിയാതെ അവരുടെയൊക്കെ ചിന്തകൾ സഖാവുമായി നിരന്തര രതിയിലേർപ്പെട്ടുകൊണ്ടേയിരുന്നു.

****

ചായ്പിന്റെ മൂലയിൽ ചാരിവെച്ചിരുന്ന, കറുത്ത ചെളി അടിഞ്ഞു കൂടിയ പഴകിയ ചാരുകസേരയുടെ തുളവീണ തുണിക്കഷണത്തിലാകെ വിപ്ലവഗാനങ്ങൾ എഴുതിയ ഒരു നാലുവര ബുക്ക് പൊടിഞ്ഞുകിടന്നിരുന്നു. പാറ്റയും പല്ലിയും ഉറുമ്പുകളും സഖാവ് കണ്ണപ്പന്റെ കട്ടിലിനുചുറ്റും വിസ്തരിച്ചു തന്നെ അരിച്ചുനടന്നു.

അയാളുടെ ദ്രവിച്ച് തുടങ്ങിയ തലച്ചോറും താങ്ങി, പഴങ്കാലത്തിന്റെ അടയാളങ്ങളുമായി കറുത്തുമെല്ലിച്ച ശരീരം മറവിയുടെ ആഴക്കടലിൽ പൊങ്ങുതടി മാത്രമായി കിടന്നു.

ചന്തേലിൽ വീട്ടിലേക്കുള്ള ഇടവഴിയിൽ ഓർമ്മകൾ ചോരവാർന്നു കിടക്കുന്നതായി ബിജു തച്ചോടനു തോന്നിയപ്പോൾ അയാൾക്ക് തല ചുറ്റി. അന്നത്തേക്ക് ക്യാമറക്കണ്ണിന്റെ ഇമ ചേർത്തുവച്ച് സഖാവ് കണ്ണപ്പന്റെ നെഞ്ചിലേറ്റ മുറിവിന്റെ ആഴത്തെക്കുറിച്ച് വ്യാധിയോടെ കണക്കു കൂട്ടുവാൻ തുടങ്ങി.

മറവികളുടെ തുരുത്തിൽ എന്നോ പാതിമരിച്ചു കിടക്കുന്ന ഈ മനുഷ്യന്റെ നെഞ്ചിലേറ്റ മുറിവാഴത്തിന്റെ അളവ് അളന്നളന്ന് ചിന്തകൾ മുന്നേറിയെങ്കിലും ബിജു തച്ചോടന് ഒന്നും പിടികിട്ടിയില്ല.

ഏതു വർഗ്ഗ ശത്രുവിന്റെ ഏത് ആയുധമാണ് സഖാവ് കണ്ണപ്പനെ ചായ്പിന്റെ മൂലയിൽ തണുപ്പുറഞ്ഞുകൂടിയ മൗന പതാകയാൽ പുതപ്പിച്ചിട്ടിരിക്കുന്നത്?

ക്യാമറ ഒന്നു സംശയിച്ച് കണ്ണു തുറന്നു.

ദീപു ഒരു തുണ്ടുമെഴുകുതിരി വെളിച്ചത്തിനു പിന്നിലായി അച്ഛന്റെ മുറിയിലേക്കു വന്നു. പിന്നാലെ ഹരിയും സന്തോഷും. തൊട്ടുപുറകിൽ മഞ്ഞിൽ തണുത്തുറഞ്ഞ് മരിച്ച ഒരാളിന്റെ മുഖച്ഛായയുള്ള ഒരു വൃദ്ധയും.

'അമ്മയാ'.... ദീപു മെഴുകുതിരി വൃദ്ധയുടെ മുഖത്തിനടുത്തേക്ക് നീക്കിപ്പിടിച്ച് ഉയർത്തിക്കൊണ്ടു പറഞ്ഞു.

"സഖാവ് ഭവാനി" - ദീപു മറന്നിരുന്നതെന്തോ വലിച്ചെടുക്കുന്നതുപോലെ പറഞ്ഞു.

വെളിച്ചം വൃദ്ധയുടെ മുഖത്തിനു ചുറ്റും, വിശുദ്ധമെങ്കിലും ഭയാനകമായ ചില ചുളിവാകൃതികളെ തൂക്കിയിട്ട് അതിർത്തി തീർത്തിരിക്കുന്നു. പൊടുന്നനെ മുറിക്കകത്തേക്ക് രാത്രി ഊതികയറ്റിയ ഇരുണ്ട കാറ്റിന്റെ ചുഴിയിൽ സഖാവ് ഭവാനിയുടെ മുഖം ചാരം പുരണ്ട് വട്ടം കറങ്ങുന്നത് കണ്ട് ബിജു തച്ചോടൻ അമ്പരപ്പോടെ കട്ടിലിൽ കിടക്കുന്ന സഖാവ് കണ്ണപ്പന്റെ നേർക്ക് വിരൽ ചൂണ്ടി വൃദ്ധയോട് ചോദിച്ചു.

"എങ്ങനെയാ ഇങ്ങനെ കിടന്നുപോയത്?"

“ഒരു നട്ടപ്പാതിരയ്ക്കാ.....

അതുണ്ടായെ....'' വൃദ്ധ ചുണ്ടുപിളർത്തി ഉത്തരം മന്ത്രിക്കാൻ തുടങ്ങി.

ഏത് എന്ന ചോദ്യരൂപത്തിൽ ബിജു തച്ചോടൻ ആകാംക്ഷയോടെ വൃദ്ധയുടെ അടുത്തേക്കു നീങ്ങി മുഖമുയർത്തി.

“മഴ ചതച്ചു കുത്തി പെയ്തിരുന്നു അന്ന്....”

“പിന്നെ”....

തണുത്തുറഞ്ഞ് അരണ്ട ശബ്ദത്തിൽ പറയാൻ തുടങ്ങിയതും വൃദ്ധയുടെ മുഖത്തെ ചെറുകുഴികളിലേക്ക് വീണ വെട്ടത്തിന്റെ ചുറ്റു വളയങ്ങളെ മായ്ച് മെഴുകുതിരിയുടെ ഇത്തിരി പ്രകാശവും കെട്ടു.

ദീപു ഇരുട്ടിൽ അമ്മയെ താങ്ങി നടക്കുന്നതിനിടയിലാകാം ഒരിരുമ്പു പാത്രം തട്ടി മറിഞ്ഞ് തറയിലുരസി നീങ്ങി ചെവിക്കുള്ളിലെ ശബ്ദത്തെ രാകിയെടുക്കുന്നതുപോലെ തോന്നി ബിജു തച്ചോടന്. സഖാവ് കണ്ണപ്പൻ ഒരു വരണ്ട ചുമയില് ഉയർന്നു പൊങ്ങി, ഇലാസ്റ്റിക് പോലെയുള്ള കഫത്തെ തൊണ്ടക്കുഴിയിലിട്ട് വലിച്ചു പറിക്കുന്നതിന്റെ വരണ്ട ശബ്ദം.

ബിജു തച്ചോടൻ ഭയത്തോടെ ഇരുട്ടിൽ തപ്പിത്തടഞ്ഞ് മുറിയിൽ നിന്നിറങ്ങി. പുറത്തേക്കു നോക്കിയ അയാൾ അതിശയിച്ചുപോയി. ചുറ്റിനും ഇരുട്ട് വലയം തീർത്തിരുന്നെങ്കിലും സൂര്യൻ പിന്നെയും കാത്തു നില്ക്കുന്നതുപോലെ ഒരു തുണ്ടുപകലിന്റെ അന്ത്യനിറം..

“അപ്പോഴെല്ലാം ഭംഗിയായി പിടിച്ചില്ലേ

ക്യാമറലോട്ട്.... ”

ഹരീം സന്തോഷും മുറിക്കു വെളിയിൽ കാത്തുനിന്നുകൊണ്ട് ചോദിച്ചു.

ബിജു തച്ചോടന്റെ മറുപടിക്ക് കാത്തുനില്ക്കാതെയാണ് ദീപുവും ഹരിയും സന്തോഷും ബൈക്കിന്റെ നാഭിയിൽ ചവിട്ടി, ഒരു ക്വട്ടേഷൻ കൂട്ടിക്കൊടുപ്പുകാരന്റെ മൊബൈൽ വിളിയുടെ അലർച്ചയിലേക്ക് മരണ പ്പാച്ചിൽ നടത്താൻ ഒരുങ്ങിയത്.

****

'ലീലാട്രൂപ്പ്'

മാറാടീലെ ഏഞ്ചൽ മാത്യുവിന് തെക്ക് എങ്ങാണ്ട്ന്ന് ഒരു കല്യാണാലോചന വന്നപ്പോഴാണ് ഞങ്ങളുടെ നാടക ട്രൂപ്പ് ഒന്നാടി ഉലഞ്ഞത്. അതുവരെ ഏഞ്ചൽ മാത്യു തകർത്താടിയിരുന്ന സ്റ്റേജിന്റെ താഴെ പൊടിപിടിച്ചുകിടന്നിരുന്ന ഡസ്ക് വൃത്തിയാക്കി ഞങ്ങൾ കുറച്ച് കഥാപാത്രങ്ങൾ ഇരുന്ന് കുറെയേറെ നെടുവീർപ്പുകൾ കൂട്ടിമുട്ടിച്ചു.

എന്തു പറയാൻ? പറയാനുള്ളതൊക്കെ തൊണ്ടക്കുഴിയിലും നെഞ്ചിലുമൊക്കെ പൊടിക്കാറ്റുപോലെ ചുറ്റിച്ചുറ്റി അലഞ്ഞു.

ഞങ്ങടെ ലീലാ നാടക ട്രൂപ്പിലെ പ്രധാന നടിയാണീ ഏഞ്ചൽ മാത്യു. ട്രൂപ്പിന്റെ പേരുകാരി ലീലയുടെ കഥ പിന്നാലെ വരും.

ഏഞ്ചൽ മാത്യൂനെക്കുറിച്ച് പറയ്യാണെങ്കി, പ്രേമോം കാമോംക്കെ അവളഭിനയിച്ചാലേ ഒരിതൊള്ളു. അവളുടെ ശരിക്കനും ഉള്ള പേര് ലില്ലിക്കുട്ടി മാത്യുന്നാന്നാ മാറാടീന്ന് കളി കാണാമ്മന്ന ചെല അച്ചായന്മാരൊക്കെ രഹസ്യമായി പറഞ്ഞെ.

ഞങ്ങടെ ട്രൂപ്പിലെ അമ്മച്ചിനടി ലളിതചേച്ചി കഥപറച്ചിൽ ഏറ്റെടുത്തു. പുള്ളിക്കാരി ട്രൂപ്പ് ഉണ്ടാക്കിയ കഥയാ പറയാമ്പോണെ, ഇനി.

"ആദ്യം ഇത്ന്റെ മൊതലാളി ഒര് സിനിമാ തീയേറ്ററാ ഇട്ടെ. ലീലാ ടാക്കീസ്. ലീലേടെ കഥ കൈയോടെ പറഞ്ഞില്ലെങ്കി ശരിയാകൂല്ല.

ലീല ഒര് മണല് വാർകാരിയായിരുന്നു. ആണുങ്ങക്കൊപ്പം പൊഴേല് മുങ്ങി മണല് വാരും. മണല് കൊട്ടേം തലേ വച്ച് വരണ ആ വരവൊന്ന് കാണണം.

അങ്ങനെ മണല് വാരി വാരി മൊതലാളീനെ കേറ്യങ്ങ് പ്രേമിച്ചു പെണ്ണ്.

മൊതലാളീടെ ലോറീലോട്ടാണല്ലോ ലീല മണല് വാരി വാരി

നെറയ്ക്കണെ.

പ്രേമോന്ന് വച്ചാ മുടിഞ്ഞ പ്രേമം.

അങ്ങേര്ടെ മനസ്സീന്ന് അവള് മണല് വാരണപോലെ എന്തൊക്കെയോ വാരിയെടുത്തു.

മനുഷ്യേരല്ലേ. മനസ്സീന്നും കരളീന്നുമൊക്കെ എന്തൊക്കെയാ കുഴിച്ചെടുക്കണേന്ന് ആർക്കേലും പറയാമ്പറ്റോ.

ഇയാളിതെന്ത് കണ്ടിട്ടാന്ന് ചെലരൊക്കെ രഹസ്യം രഹസ്യായി ചോദിച്ചു.

എന്തായാലും മൊതലാളിക്ക് പൊഴ പോലെ പ്രേമായി ലീലോട്.

അങ്ങനെ ചൊവ്വത്തിപ്പെണ്ണായ ലീലേനെ പള്ളീച്ചേർത്ത് മൊതലാളി കെട്ടി ഇങ്ങ് കൊണ്ടോന്നു തറവാട്ടിലോട്ട്. പോരെ പുകില്. ചോവൻമാരും മാപ്പിളമാരും തമ്മി പള്ളിമുക്കിലും ശവപ്പറമ്പിലും പൊഴേടെ, തീരത്തും വച്ചോക്കെ വഴക്കോട് വഴക്ക്. തമ്മിത്തല്ലി ഒന്നു രണ്ടെണ്ണോക്കെ തീർന്നു. ഈ മനുഷേൻമാര്ടെ ഒരു കാര്യേ. ഒര് കാര്യോല്ലാണ്ട് കുത്തിച്ചാകും.

ലീലേടെ അമ്മ കുഴഞ്ഞ് വീണ് കെടപ്പിലുമായി. ചങ്കു പൊട്ടീന്നാ പറേണെ.

എന്തായാലും മൊതലാളീടെ വീട്ടില് പിന്നീട് വച്ചടിവച്ച് ഒയർച്ചായ്രുന്നു.

ലോറീടെണ്ണം കൂടി. പണിക്കാര് വരെ മൊതലാളിമാരായി. പശുത്തൊഴ്ത്ത് കണ്ടാത്തന്നെ ഒര് വല്യ വീടിന്റത്രേം.

മണല് വാരി നടന്നോള് സപ്രമഞ്ച കട്ടിമ്മലായി ഒറക്കം.

പെണ്ണായി ജനിച്ചാ ഇങ്ങനെ വേണം."

ലളിതചേച്ചി പറഞ്ഞ് പറഞ്ഞ് എങ്ങാണ്ടോട്ടൊക്കെ പോകുന്നത് കണ്ട് ഞങ്ങൾ അവരുടെ തോളിൽ പിടിച്ചു കുലുക്കി.

"ചേച്ചീ, നമ്മള് പറഞ്ഞോണ്ടിരുന്നെ ലീലാ ടാക്കീസുണ്ടായ കഥയാണെ."

ഞങ്ങൾ കഥയുടെ ഗതിമാറ്റിവിടാൻ ശ്രമിച്ചത് അവർക്കിഷ്ടായില്ല.

"അത് തന്നേടാ പിള്ളേരെ പറഞ്ഞു വരണത്.

ലീലേടെ കഥ പറയാന്തൊടങ്ങ്യാ വെള്ളോഴ്കണപോലെയാ.

പണ്ടത്തെ പിള്ളേരടെ പ്രേമാല്ലേ. അതങ്ങനെ ഒഴുകും നീളത്തിൽ.

ഈ ലീലേടെ പേര് തന്നെയാ സിനിമാ ടാക്കീസിനും ഇട്ടത്.

ലീലാ ടാക്കീസീന്ന് മാറ്റിനീടെ പാട്ട് കേട്ടാപ്പിന്നെ നാട്ടിലെ ചെറുപ്പക്കാർക്കൊന്നും ഇരിക്കപ്പൊറുതീല്ല.

വീട്ടീന്ന് തേങ്ങയോ കോഴിമുട്ടയോ ഒക്കെ കട്ടെടുക്കും. എന്നട്ട് കടവിലെ ചന്തേ ചെന്ന് കിട്ടണ വെലയ്ക്ക് വിയ്ക്കും.

എന്ത് കിട്ട്യാലും വാങ്ങാനിരിക്കണ ചിങ്കാരി പെണ്ണുങ്ങളല്ലേ ചന്തമുഴോൻ. അവര് കൊടുക്കണ പൈസേം കൊണ്ട് ഓടും ഈ ചെക്കമ്മാരൊക്കെ ലീലാ ടാക്കീസിലേക്ക്. ഷീലേടെ കണ്ണ് പെടപ്പിക്കലും നസീ

റിന്റെ മരം ചുറ്റലും കള്ളിപ്പെണ്ണേ വിളിയുമൊക്കെ കണ്ട് പ്രേമാങ്ങോട്ട് മൂത്ത് മൂത്ത് തളർന്നിരുന്ന് സിനിമ കാണും. ഉമ്മറ് വന്ന് കണ്ണുരുട്ടി കാണിച്ച് പെണ്ണിനെ പിടിക്കാനായി ബ്ലൗസും മുടിയുമൊക്കെ വലിച്ചു പറിക്കാനെങ്ങാനും തൊടങ്ങ്യാൽ തീയറ്ററിലെ ഇരുട്ടിനെ കീറിപ്പറിക്കണ ഊളിയിടൽ കർട്ടനും തൊളച്ചു കയറിയങ്ങുപോകും. ചെല കൊല്ലത്തി പ്പെണ്ണുങ്ങളൊക്കെ ഇരുന്ന ഇരുപ്പിൽ ചൂളമടിക്കണ കാഴ്ചയൊന്നു കാണണം.

ഓ....... അതൊക്കെ അന്തക്കാലം

ഇപ്പളീ പെണ്ണുങ്ങളെ കേറിപ്പിടിക്കണ ഭാഗോക്കെ സിന്മേല് വരുമ്പം ആളോള് കണ്ണടച്ച് രസിക്കല്ലേ. കലികാലം. അല്ലാണ്ടെന്താ പറയണെ.

ഓ മറന്നു. നമ്മടെ നാടക ട്രൂപ്പ് തന്നെ നമ്മക്ക് പ്രധാനം.

ലീലാ ടാക്കീസിൽ എത്ര കളിയാരുന്നു ഒരു ദെവസം.

അതല്ലേ നമ്മടെ പണ്ടത്തെ അറവ്കാരൻ തോമേടെ മകൻ കുഞ്ഞൂഞ്ഞ് ഗൾഫീന്ന് വന്ന് പുത്തൻ പണക്കാരനായപ്പം തന്നെ ലീലാ ടാക്കീസ് കണ്ണുവെച്ചത്. പൊന്നും വെലയ്ക്ക് കുഞ്ഞൂഞ്ഞത് വാങ്ങേം ചെയ്തു.

അങ്ങനെയാ അത് പൊളിച്ചേച്ച് കല്യാണ മണ്ഡപോം കള്ള് വിക്കണ കടേം ഒക്കെ അടുത്തടുത്തങ്ങ് പണിതെ.

ലീലാ ടാക്കീസിൽ നീലപ്പടം ഇട്ട് കൊച്ചുപിള്ളാരെ വഴിതെറ്റിക്കണന്ന് കണ്ടിട്ടാ വെലയ്ക്കങ്ങ് മേടിച്ച് സിനിമാ കാഴ്ച നിർത്തിച്ചേന്നാ കുഞ്ഞൂഞ്ഞ് അവന്റെ കൂട്ടുകാരോടൊക്കെ പറഞ്ഞേന്ന് ഒരു വർത്താനം ഒണ്ട് നാട്ടില്."

''അത് ശര്യോന്നുമല്ല.'' അതുവരെ അക്ഷമയോടെ കേട്ടുകൊണ്ടിരുന്ന ശശീന്ദ്രൻ അല്പം ദേഷ്യത്തോടെ കഥ പറച്ചിലിനെ തടസ്സപ്പെടുത്തി.

"ഓ കുഞ്ഞൂഞ്ഞ് അത്ര നല്ല പിള്ളയൊന്നും ചമയണ്ട.

അയാടെ കൊട്ടാരം പോലത്തെ വീട്ടില് ഒരു കൊച്ചു സിന്മാ കൊട്ടക തന്നെയുണ്ട്. അയാള് എന്തൊക്കെ കാണുന്നുണ്ടന്നാർക്കറിയാം.

പെണ്ണുങ്ങളെ കാണുമ്പം ഉള്ള നോട്ടം കണ്ടാ അറിയാം ആള് വശപ്പെശകാന്ന്.

അയാള് വീട്ടിലിരുന്നാ ചീത്ത സിന്മേക്കെ കാണണേ."

അതോർത്തപ്പോൾ തന്നെ ശശീന്ദ്രന് കുളിര് കോരി ദേഹമാകെ നീലരാശി പടരുന്നതായി തോന്നി. അയാളുടെ ഞരമ്പുകൾ കാമത്തിലേക്ക് വേരുകൾ ആഴ്ത്തി നിന്നു. അയാൾ തുടർന്നു. ''ഈ കുഞ്ഞൂഞ്ഞിന്റെ വീട്ടില് ബാറും കുളിക്കാൻ നീന്തൽക്കൊളോമൊക്കെ ഉണ്ടെന്നാ പറേണെ.

മുറീക്കടെ ഒക്കെ നിലാവ് വിരിച്ചപോലുള്ള വെട്ടോം രാറിലത്തെ മഞ്ഞിന്റെ കുളിരും ആത്രേ.

ഇതൊന്നും നമ്മക്കൊന്നും കാണാമ്പറ്റൂല്ല.

മനുഷേരടെ അത്രേം വലിപ്പോള്ള മൂന്നാല് പട്ടികളാ വീടിന് കാവൽ.

പിന്നെങ്ങനെ കേറും.

കൊട്ടാരം പോലുള്ള കാറൊക്കെ കേറണ കാണാം."

ശശീന്ദ്രന്റെ ഇടപെടലുകളെ ഒരു കൈത്തോടുവെട്ടി ലളിതച്ചേച്ചി വലിച്ചെടുത്തിരുന്നു.

ലളിതച്ചേച്ചി അത്യന്തികമായ ഘട്ടമെന്ന നിലയിൽ ഒരു നെടുവീർപ്പ് അയച്ച് തുടർന്നു." "ഓ മറന്നു, ഇതിനെടേല് നമ്മടെ മൊതലാളീടെ ലീല മരിച്ചുപോയീട്ടോ.

എല്ല് തേഞ്ഞുപോകണ അസുഹാർന്നു.

മണല് വാരി വരുമ്പം തണുത്തുകോച്ചിവലിച്ചിരിക്കാറുള്ളതുപോലെ ദേഹോക്കെ വലിഞ്ഞു മുറുകി ലീല ശവപ്പെട്ടീല് കിടന്നു.

നെഞ്ചേല് പൂവൊക്കെവച്ച് നെറ്റീല് വെള്ളലേസൊക്കെ വച്ച്, അങ്ങനെ ചൊവ്വത്തി ലീല പള്ളിപ്പറമ്പില് പോയി, കുരിശേല് വന്നിരിക്കാറുള്ള പ്രാവുകൂട്ടങ്ങളേം നോക്കി കണ്ണുകൾ തുറന്നു തന്നെ കിടന്നു.

അന്ന് തൊടങ്ങീതാ മൊതലാളീടെ താഴ്ച.

അപ്പഴാ ഈ നാടക ട്രൂപ്പ് തല്ലിക്കൂട്ടിയെ. ലീലാട്രൂപ്പ്

അത് ദേ ഇപ്പെ ഇങ്ങനേം ആയി.

മൊതലാളീടെ സിന്മാ കൊട്ടക കുഞ്ഞൂഞ്ഞ് കൊണ്ടോയ പോലെ ഇപ്പം ലീലാ നാടക ട്രൂപ്പും നിക്കാമ്പോണു.

ഏഞ്ചൽ മാത്യു പോയാ എങ്ങനെ കളി നടക്കും.

ട്രൂപ്പിന്റെ എടപാട് തീരും.

"ഈ ഏയ്ഞ്ചൽ മാത്യു ഒരൊന്നൊന്നര കലാകാരിയാ." ലളിതച്ചേച്ചിയെ കേട്ടിരുന്ന ഞങ്ങൾ കൂട്ടത്തോടെ പറഞ്ഞു.

"ഏഞ്ചൽ മാത്യൂന് നാടക കളീടെ കഥയൊന്നും കേക്കണ്ട. അതൊക്കെ അപ്പഴപ്പഴ് തോന്നണപോലെ ഉണ്ടാക്കും.

എന്തിനാ ഒരു കഥ എന്നാ പുള്ളിക്കാരീടെ ചോദ്യം.

കഥകളങ്ങനെ ജീവിതത്തിന് ചുറ്റും അനുഭവങ്ങടെ പശേ കെടന്ന് ഒട്ടിപ്പിടിക്കല്ലേ."

ഇങ്ങനെയൊക്കെ ആലോചിച്ച് ഞങ്ങൾ ട്രൂപ്പിലെ പലപല കഥാപാത്രങ്ങൾ തലകുത്തി മറിയവേ, മൊതലാളീടെ രാക്ഷസബുദ്ധിയുണർന്നു.

മൊതലാളി പതിവിലും കവിഞ്ഞ് വാചാലനായി.

"നമ്മക്ക് നമ്മടെ ട്രൂപ്പാ വല്ത്. കളിയാ വല്ത്.

നമ്മള് ഈ ഏഞ്ചൽ മാത്യൂനെ എങ്ങട്ടും വിടണില്ല. നമ്മക്കീ ലീലാ ട്രൂപ്പിന് ആകാശം മുട്ടെ ഒരു ചുറ്റ് മത്ല് കെട്ടാം. ആ മത്ലിനും ഉള്ളില് ഏഞ്ചൽ മാത്യൂന്റെ കിടപ്പു മുറിക്ക് ചുറ്റിലും വേറൊരു മതില്. അതിനുള്ളിലിരുന്ന് ഏഞ്ചൽ മാത്യു കഥയെഴ്തണു. കളിത്തട്ടേല് കേറണു.

പിന്നേം അവക്കു മാത്രോള്ള മത്‌ലിനുള്ളിലേക്ക് പോണു.

ഒക്കേത്തിന്റേം താഴ് എന്റെ കൈയില്."

ഓ, ഈ മൊതലാളീടെ ഒട്ക്കത്തെ ഒര് ബുദ്ധി.

ഞങ്ങൾ അടുത്ത കളിക്കുള്ള പരിശീലനം തുടങ്ങുവാൻ പോകുന്നു. ഏഞ്ചൽമാത്യു എന്ന പറവയുടെ പ്യൂപ്പയ്ക്കുമേൽ ഞങ്ങളും ഞങ്ങടെ മൊതലാളീം സങ്കല്പ സമാധിയിലേർപ്പെട്ടുകൊണ്ടേയിരുന്നു.

****

വംശനാശം

"**നി**ങ്ങളൊന്ന് വാ തൊറന്ന് മൊഴിയൂ പെണ്ണുമ്പിള്ളേ" പൊലീസുകാരൻ ആരോടെങ്കിലുമൊന്ന് ദേഷ്യപ്പെടാൻ കാത്തിരുന്നതുപോലെ റോസിലിയോട് കയർത്തു. അയാൾ ഒരു സുന്ദരനായ പൊലീസുകാരനായിരുന്നെങ്കിലും തുപ്പൽ തെറിപ്പിച്ചുകൊണ്ടുള്ള ചീത്തവാക്കുകൾ കേട്ട് റോസിലിക്ക് മനം പുരട്ടി. ഓക്കാനം തൊണ്ടക്കുഴിയുടെ മുകളിലേക്ക് വന്നതും അവളുടെ കണ്ണിൽ വെള്ളം നിറഞ്ഞു.

"മനസ്സിലായില്ലെങ്കിൽ ഒന്നൂടെ തെളിച്ചു പറയാം" – സുന്ദരൻ കടുവയുടെ മുരളൽ.

"നിങ്ങളൊന്നു തെളിച്ചു പറയാൻ........" അയാൾ ശബ്ദം കൂട്ടി. റോസിലിയുടെ നെഞ്ചും കഴുത്തുമൊക്കെ അരമുള്ള നോട്ടം കൊണ്ട് അമർത്തിരാകി ചോരപൊടിയിക്കുന്നതായി അവൾക്കു തോന്നി.

"ജോയിയെ കാണാനില്ല– എന്റെ കെട്ടിയോനെ."

"എന്നിട്ട് ഇപ്പളാണോ നിങ്ങള് പരാതിപ്പെടണെ."

അയാൾ ബൂട്ടിട്ട കാലിനാൽ തറയിൽ താളം ചവിട്ടി ചോദിച്ചു.

"വരൂന്നോർത്ത് ഇരിക്കാരുന്നു" റോസിലി ഒച്ച താഴ്ത്തി പറഞ്ഞു.

"വരുന്നോർത്ത് ഇരിക്കാരുന്നു" – റോസിലി പറഞ്ഞതിനെ കൊഞ്ഞയോടെ ഏറ്റുപറഞ്ഞ് അയാൾ അവളെ കളിയാക്കി.

"ഉം.... പരാതി എഴ്തിക്കൊട്ത്തിട്ട് പൊക്കോ.

നിങ്ങക്ക് പിള്ളാരും ബന്ധക്കാരോന്നും ഇല്ലേ–"

പൊലീസുകാരന്റെ നോട്ടം കണ്ട് അയാൾ കൊക്കോകോളയോ പെപ്സിയോ കുടിക്കുന്നതുപോലെ ഇപ്പോൾ തന്നെ വലിച്ചുകുടിക്കുമോ എന്നവൾ പേടിച്ചു. എങ്കിലും അവൾ അതിനും മറുപടി പറഞ്ഞു.

"ഒണ്ട്. മൂന്ന് പിള്ളാരും ജോയീടെ ചാച്ചനും അമ്മേം ഒക്കേണ്ട്."

"ആ...ആ.. മനസ്സിലായി എല്ലാം.

വേഗം സ്ഥലം കാലിയാക്ക്. ഞങ്ങള് തെരക്കട്ടെ, അയ്ള് എവ്ടെ പോയി പണ്ടാരടങ്ങീന്ന്.

കെട്ടി പിള്ളാരേം ഒണ്ടാക്കീട്ട് എവൻമാരൊക്കെ ഇങ്ങനങ്ങ് മുങ്ങും നമ്ക്ക് പണീണ്ടാക്കാൻ."

സുന്ദര പൊലീസുകാരൻ മുൻപിലിരുന്ന കമ്പ്യൂട്ടറിലേക്ക് കയറിപ്പോകാനുള്ള തയ്യാറെടുപ്പിൽ അതിന്റെ ഉടുപ്പ് അഴിച്ച് മാറ്റി നഗ്നമാക്കിക്കൊണ്ട് വീണ്ടും ചുണ്ടുകൾ വക്രിച്ചുപിടിച്ചു പറഞ്ഞു.

ആരൊക്കെയോ ചിരിച്ചും ചിരിക്കാതെയും ഒളികണ്ണിട്ട് കാണാ സൂചികൾ കൊണ്ട് കുത്തുന്നതായി അവൾക്കുതോന്നി.

തേനീച്ചക്കൂട്ടത്തിന്റെ കാടിരമ്പലിൽനിന്ന് രക്ഷപ്പെട്ടതുപോലെ അവൾ പൊലീസ് സ്റ്റേഷനിൽ നിന്നിറങ്ങി നടന്നു.

"ഇത്രയൊക്കെയായിട്ടും നിങ്ങള് ഇതൊക്കെ കണ്ടോണ്ടിരിക്കുവാ അല്ലേ"–

അവൾ നെഞ്ചിൽ കൈവച്ചുകൊണ്ട് ജോയിയോടെന്നെപോലെ പിറുപിറുത്ത്, ഒന്നു നിന്ന്, വീണ്ടും നടന്നു.

ഓർമ്മകളുടെ എഞ്ചിനിൽ നിന്നുയർന്ന കറുത്ത പുകച്ചുരുളുകൾക്കുള്ളിൽ കിടന്ന് ജോയി ചുഴറ്റലായി കറങ്ങിക്കൊണ്ടേയിരുന്നു.

വീട്ടിൽ വന്നു കയറിയതൊന്നും റോസിലി അറിഞ്ഞതേയില്ല. ജോയി വീടുവിട്ട് പോയതിനുശേഷം അവൾ സ്വിച്ചിട്ടാൽ പ്രവർത്തിക്കുന്ന ഒരു യന്ത്രം മാത്രമാണ്.

റോസിലീം ജോയീം പിള്ളേരും കൂടി ചിരിച്ചോണ്ടു നില്ക്കുന്ന ഒരു ചില്ലു ഫോട്ടോയുണ്ട് അവരുടെ വീടിന്റെ വെട്ടുകൽ ഭിത്തിയിൽ. എരട്ടവാലൻ ഓടിനടന്ന് തിമിർത്ത് തിന്നു തീർത്തതിന്റെ ബാക്കി കറുപ്പും വെളുപ്പും കലർന്ന ആ ഫോട്ടോയിലേക്കും അതിന്റെ അരികുകളിൽ കൃത്യതയോടെ ചിലന്തി പാകിയിട്ട വലയിലേക്കും നോക്കി നിന്ന റോസിലിയെ, ജോയിയെക്കുറിച്ചുള്ള ചിന്തകൾ എരട്ടവാലനെപ്പോലെ കരളുവാൻ തുടങ്ങി. അവൾ അന്ന് ഇറയത്ത് വിരിച്ച പനമ്പിൽ മുട്ടുകുത്തി നിന്ന് ഒന്നും പ്രാർത്ഥിച്ചില്ല. എന്തിരിക്കുന്നു പ്രാർത്ഥിക്കുവാൻ? സ്വയം വെറുപ്പിന്റെ ശിരോ വസ്ത്രത്താൽ മറച്ചവളായും ജീവിതത്തിന്റെ കടുംകെട്ടുകളിൽ കിടന്ന് ഉഴറുന്നവളായും മാറിയ ഈ സമയത്ത് സ്ത്രീയേ, നീ ഒന്നും പ്രാർത്ഥിക്കേണ്ടതില്ല എന്ന് സ്ഥിര പരിചിതരായ ദൈവങ്ങൾ തന്നെയാണ് അവൾക്കു മേൽ വചനം പെയ്തൊഴുക്കിയത്. അവളുടെയും മക്കളുടെയും സങ്കട മോചനത്തിനുവേണ്ടിയുള്ള പ്രാർത്ഥനകൾക്കിടയിൽ അകംവെന്ത് ഒഴുകുന്ന കരച്ചിലുകളിലേക്ക് നിത്യസന്ദർശകനായെത്താറുള്ള യേശുവിന്റെ മുഖം എത്ര പരതിയിട്ടും റോസിലിക്ക് ഓർത്തെടുക്കുവാൻ കഴിഞ്ഞില്ല. അരികിലെല്ലാം ചോര ചിന്തുന്ന മുറിപ്പാടുകളാൽ സാന്നിദ്ധ്യമറിയിച്ചിട്ടും യേശു അരൂപിയായിത്തന്നെ നിലകൊള്ളുകയാണെന്ന് അവൾക്ക് തോന്നി.

പാളികളില്ലാത്ത ജനൽ വിടവുകളിലൂടെ, പൊട്ടിയൊഴുകുന്ന ചലം പോലെയുള്ള ആകാശം നോക്കി കിടന്ന് കുറെയേറെ തറവാടു ചരിതങ്ങൾ അവൾ മക്കളിലേക്ക് തികട്ടി. കൊച്ചു പുത്തൻപുരയ്ക്കലെ റോസിലി എന്ന വെളുമ്പി പെണ്ണിനെ ജോയി എന്ന കറുമ്പൻ പുത്തൻ ക്രിസ്ത്യാനി ചെറുക്കൻ എങ്ങനെയാണ് കണ്ടുമുട്ടിയതെന്ന ഒരു ചോദ്യത്തിനുചുറ്റും ഒരുഗ്രൻ പ്രണയകഥയെ അവൾ ഉരുട്ടിക്കൊണ്ടിരുന്നു. കരച്ചിലിന്റെ കൊടും വേനൽ ചൂടേറ്റ് റോസിലിക്ക് തളർച്ച തോന്നി. എപ്പോഴോ മയക്കത്തിലാകുകയും ഉണർച്ചയിലേക്ക് മുഖം തിരിക്കുകയും ചെയ്തു.

ഓർമ്മകളുടെ വരവുപോക്കുകൾക്കൊടുവിൽ അവളതുതന്നെ ചെയ്തു. റോസിലീം മൂന്നു പിള്ളേരും കൂടി അവളുടെ കൊച്ചുപുത്തൻ പുരയ്ക്കൽ എന്ന തറവാട്ടിലേക്ക് തിരിച്ചുപോകാൻ തീരുമാനിച്ചു. ജോയീടെ കൂടെ ഒളിച്ചോടിപ്പോന്നിട്ട് പതിനെട്ട് വർഷങ്ങൾ ആണ് കഴിഞ്ഞു പോയത്. ഇത്രയും വർഷങ്ങൾക്കിടയിൽ അവൾക്ക് തറവാട്ടിലേക്ക് തിരികെ പോകണമെന്ന് തോന്നിയിട്ടേയില്ല.

“നമ്മളെ കേറ്റോ അമ്മേ അവ്ടെ” പന്ത്രണ്ടാം ക്ലാസിൽ പഠിക്കുന്ന മൂത്തമകൻ എൽദോ, ഇളയവൻ പത്താം ക്ലാസുകാരൻ ഏലിയാസിന്റെ തോളിൽ കൈയിട്ട് റോസിലിയുടെ പിന്നിൽ നടക്കുന്നതിനിടയിൽ ചോദിച്ചു. എലീനമാത്രം ഒന്നും മിണ്ടാതെ അമ്മയുടെ തോളിൽ മയങ്ങി കിടന്നു.

“ഘർവാപ്പസി” – എൽദോ ഏലിയാസിനോട് രഹസ്യം പറഞ്ഞ് ചിരിച്ചു.

റബ്ബർ മരങ്ങളുടെ നിഴലുകൾ അവരുടെ വഴിയിൽ അനക്കമറ്റുകിടക്കുന്നതും നോക്കിയാണ് റോസിലിയുടെ നടപ്പ്.

അവൾക്ക് ജോയിയുടെ തേൻനിറമുള്ള കഴുത്തും നെഞ്ചും ഓർമ്മ വന്നു. വെട്ടുകല്ലിന്റെ ചുവപ്പ് ചാഞ്ഞു കിടക്കുന്ന ജോയീടെ കൊച്ചു വീടും അവിടത്തെ ചാച്ചനേം അമ്മച്ചിയേം ഓർമ്മ വന്നു.

കൊച്ചു പുത്തൻപുരയ്ക്കൽനിന്ന് ജോയീടെകൂടെ ഒളിച്ചോടിപ്പോന്ന അന്ന് രാത്രിയിൽത്തന്നെ ജോയി അവളെ വിയർപ്പുവഴുക്കുന്ന തഴപ്പായിൽ കിടത്തി തിരിക്കേം മറിക്കേം ചെയ്തു. ഭൂമിയിലാകെയുള്ള ചിത്രശലഭങ്ങളെയും വെള്ളമുയൽ കുഞ്ഞുങ്ങളെയും അവൾക്ക് ചുറ്റും കാവൽ നിർത്തിയിട്ടുണ്ടെന്ന് ജോയി അവളോട് പറഞ്ഞു.

പൂമ്പൊടികുന്നുകളും തേൻകുളങ്ങളും മിന്നാമിന്നിമലകളുമാണ് നിനക്ക് ഞാൻ ആൺധനമായി തരുന്നത് എന്ന് ജോയി അവളോട് പറയുന്നത് കേട്ട്, ഓ......... അവള് തേൻകുടിച്ച് മത്തുപിടിച്ചതുപോലെയായി എന്ന് ശലഭങ്ങൾ ശൃംഗാരത്തോടെ അടക്കം പറഞ്ഞ് ചിരിച്ചു.

പ്രേമം അല്ലേലും തേൻ പോലാണല്ലോ. കുടിക്കുന്നത് കൂടിപ്പോയാൽ ലഹരിമൂത്ത് തളർന്നുപോകും. കണ്ണും കാണൂല, കാതും കേക്കൂല, തൊട്ടാലും അറീല്ല. അങ്ങനങ്ങുപോകും. ഇതും പറഞ്ഞ് പൂമരങ്ങൾ

ചിരിച്ചു മറിഞ്ഞു. അല്ലെങ്കിൽപ്പിന്നെ കാതിൽ മേക്കാമോതിരോം അണിഞ്ഞ് തുമ്പപ്പൂപോലത്തെ വെള്ള മൽമലുമുണ്ടുകൊണ്ട് ഞൊറിയിട്ട് നടക്കണ സുന്ദരിപ്പെണ്ണുങ്ങളുള്ള കൊച്ചു പുത്തൻപുരയ്ക്കൽ തറവാട്ടീന്ന് വല്യപള്ളീലെ കുരിശേൽ വന്നിരിക്കാറുള്ള അരിപ്രാവിനെപ്പോലെയുള്ള നല്ലൊന്നാന്തരം ക്രിസ്ത്യാനിപ്പെണ്ണ്, റോസിലി പള്ളീൽക്കൂടി ക്രിസ്ത്യാനിയായ പുതുനിറക്കാരൻ ജോയീടെ കൂടെ ഒളിച്ചോടോ? (നാട്ടുകാരുടെ സംശയമാണിത്).

കൊച്ചുപുത്തൻപുരയ്ക്കൽ തറവാടിന്റെ കിഴക്കെ മൂലയിലെ ഇല്ലിക്കൂട്ടത്തിന്റെ കാറ്റിളക്കംപോലും പേടിയോടെ നോക്കിനിന്നിട്ടുണ്ട് ഈ ജോയീടപ്പന്റെ അപ്പൻ പത്രോസ്മൂപ്പൻ.

വഴീലെങ്ങാനും വച്ച് കൊച്ചു പുത്തൻപുരയ്ക്കല്ക്കാരെ കണ്ടാൽ പത്രോസ് മൂപ്പൻ മുളങ്കാടിനു പിന്നിൽ പതുങ്ങി നില്ക്കും.

ജോയീടെ അപ്പൻ പിന്നെ അത്രേം ഒന്നും പേടിച്ചിട്ടില്ല. അയാൾ പഴയ ഒരു നക്സലറ്റാണെന്ന് എല്ലാർക്കുമറിയാം.

'അങ്ങേർക്ക് അതങ്ങോട്ട് തലയ്ക്കു പിടിച്ചൂ'ന്നാ ജോയീടമ്മ ഏലിക്കുട്ടീടെ വാദം. ഏലിക്കുട്ടിക്ക് നക്സലറ്റ് എന്നുപറയാൻ നാക്ക് വഴങ്ങാറില്ല. എന്നാലും "ഞാനും അങ്ങനത്തെ കാര്യങ്ങളൊക്കെ ചിന്തിക്കണ ആളാട്ടോ."

ഏലിക്കുട്ടി കപ്പവാട്ടി ഉണങ്ങാനിട്ടിരിക്കുന്ന പനമ്പിന്റെ ഒരറ്റത്തിരുന്ന് മുറുക്കിത്തുപ്പി തെളിച്ചത്തോടെ പറഞ്ഞു.

ഏലിക്കുട്ടീടെ കരിമ്പനടിച്ച് നിറം മങ്ങിയ ചട്ടേല് മൂന്നാല് ചുവന്ന ചിത്രശലഭങ്ങൾ മുട്ടിയുരുമ്മി പറന്നു. പിന്നെ ജോയി നട്ടുവളർത്തിയ നാരകത്തിന്റെ മരക്കൊമ്പുകളിൽ കുറച്ച് വിശ്രമിച്ച് വീണ്ടും ഏലിക്കുട്ടിയോട് ചങ്ങാത്തം കൂടി ചുറ്റിനും പറന്ന് പറന്ന് കളിച്ചു.

ജോയി കണ്ടിരുന്നേൽ അച്ചാച്ചന്റെ, അച്ചാച്ചന്റെ, മുന്നാത്മാക്കളാണ് ഈ പറവകളായി വന്ന് പറക്കുന്നത് എന്നു പറഞ്ഞ് കളിയാക്കും എന്ന ആത്മഗതത്തോടെ ഏലിക്കുട്ടി രണ്ടുമൂന്ന് വാട്ടുകപ്പച്ചിന്ത് പനമ്പേന്ന് എടുത്ത് ചവയ്ക്കാൻ തുടങ്ങി.

ആ നേരത്തായിരുന്നു റോസിലി പിള്ളേരുമായി വീടുവിട്ടിറങ്ങിയത്.

"പോകണ്ടാന്ന് ഞാമ്പറയൂല്ല – പൊക്കോ നിങ്ങള്, ചെലപ്പം ജോയി നിങ്ങള് പോയീന്നറിയുമ്പം മനസ്സില് കുണ്ഠിതം കേറി തിര്യ വന്നാലോ?" ഏലിക്കുട്ടി മൂക്കുപിഴിഞ്ഞു പറഞ്ഞു.

"ഈ ചാച്ചനെന്തുപറ്റി" – മൂന്നു പിള്ളേരും കൂടി റോസിലീടെ വയറേൽ കെട്ടിപ്പിടിച്ച് ചോദിച്ചോണ്ടിരുന്നു.

ഇതേ ചോദ്യം തന്നെ അവർ വീട് വിട്ടിറങ്ങാൻ നേരം ഏലിക്കുട്ടിയോടും ചോദിച്ചിട്ടാ പോന്നത്.

"എന്റെ പൊന്നു തങ്കക്കൊടങ്ങളേ വല്യമ്മച്ചിക്കറീല്ലടാ മക്കളേ" എന്നുപറഞ്ഞ് ഏലിക്കുട്ടി കരയണത് കണ്ട് റോസിലീം കരഞ്ഞു.

"ചാച്ചൻ വരും" റോസിലി മൂക്കു ചീറ്റാതേം കണ്ണു നെറയ്ക്കാതേം

നിന്നു പറഞ്ഞു.

പള്ളിത്താഴത്തെ ജോർജുകുട്ടി പശൂനെ തീറ്റിക്കൊണ്ടുനിന്ന വഴിയിൽ വച്ചാണ് റോസിലീം പിള്ളേരും തറവാട്ടിലേക്ക് വരുന്നത് കണ്ടത്.

“വല്ലോം അറിഞ്ഞോ?” അയാൾ റോസിലീനേം പിള്ളേരേം മാറി മാറി നോക്കേം പശു കെട്ടഴിയാതെ ശ്രദ്ധിക്കേം ചെയ്തോണ്ട് ചോദിച്ചു.

അവൾ മറുപടിയൊന്നും പറഞ്ഞില്ല. അപ്പോൾ കാര്യങ്ങളൊക്കെ ഇവിടത്തുകാരും അറിയുന്നുണ്ടല്ലോ എന്ന് ചിന്തിക്കുകയായിരുന്നു റോസിലി.

റോസിലീടെ മൗനം ജോർജുകുട്ടിക്കത്ര പിടിച്ചില്ല. അയാൾ എൽദോന്റെയും ഏലിയാസിന്റെയും മുഖങ്ങളിലേക്ക് തറപ്പിച്ചുനോക്കി വീണ്ടും ചോദിച്ചു:

“നെങ്ങടെ ചാച്ചനെന്തുപറ്റി പിള്ളാരെ?”

പിള്ളേര് മിണ്ടിയില്ല. അവർ പശുവിന്റെ മൂക്കിലെ വെള്ളപ്പാടിൽ കൗതുകത്തോടെ നോക്കി. പശുവും തിരിച്ചങ്ങനെതന്നെ കൗതുകപ്പെട്ട് അവരെയും നോക്കി.

‘വെറുതെയല്ല, കണ്ടോരടെ കൂടെക്കെ ഒളിച്ചോട്യാ ഇങ്ങനിര്ക്കും.’ എന്ന് മനസ്സിൽ വിചാരിച്ച് ജോർജുകുട്ടി റോസിലിയെ കണ്ണുകൾകൊണ്ട് കുത്തി.

“എങ്ങനെ തോന്നി ഈ നാട്ടിലേക്ക് വരാൻ?” ജോർജുകുട്ടി പശുവിന്റെ പുറത്തുവന്നിരുന്ന ഒരു വെള്ളക്കൊക്കിനെ ഓടിച്ചുവിട്ടുകൊണ്ടു ചോദിച്ചു.

അയാളുടെ പെരുമാറ്റവും ചോദ്യവുമൊന്നും പിള്ളേർക്കും റോസിലിക്കും പശൂനും ഇഷ്ടപ്പെട്ടില്ല.

പൊങ്ങില്യമരങ്ങൾ നിരനിരയായി നിന്ന് മൗനപ്രാർത്ഥന നടത്തുന്നതായി അവൾക്കുതോന്നി. റോസിലിയുടെ ആങ്ങളമാരായ സ്കറിയയും തരിയനും അപ്പനുംകൂടി നട്ടുവളർത്തിയ റബ്ബർ മരങ്ങൾ റോസിലീം പിള്ളേരും തിരിച്ചുവന്നതു കണ്ട് തമ്മിൽ തമ്മിൽ എന്തോ പറഞ്ഞ് ഇളകി.

“ഞാനും ഇതിനൊക്കെ പുല്ലാനിച്ചവറും ചാണകോം വളവുമൊക്കെ ഇട്ടിട്ടുണ്ട് അച്ചാച്ചൻമാർടെ കൂടെ.” റോസിലി പിള്ളേരോട് അഭിമാനത്തോടെ പറയുകയും റബ്ബർ മരങ്ങളുടെ നോട്ടമേറ്റ് ചിരിക്കുകയും ചെയ്തു.

റബ്ബറു വെട്ടുകാരൻ കുഞ്ഞപ്പനും ഭാര്യ സൂസമ്മയുംകൂടി വെട്ടി വെട്ടി ചാലുകീറിയ റബ്ബർ മരത്തൊലിയിൽ തലേന്നത്തെ മഴയിൽ കുരുങ്ങിയ ഒരുതുള്ളി മഴവെള്ളം പെൺകണ്ണുനീർ പോലെ അടർപൊട്ടി താഴെ വീഴാൻ മടിച്ച് ആലോചനയിലാണ്ടു നിന്നു.

****

റോസിലിയുടെ നാട്ടിലെ രണ്ടു പെണ്ണുങ്ങൾ കഥ പറയാൻ തുടങ്ങുകയായിരുന്നു അപ്പോൾ.

റോസിലി തിരിച്ചുവരല്ലേ വീട്ടിലേക്ക്. അപ്പോൾ ഇപ്പളീ കഥ പറയുന്നതിൽ കുഴപ്പമില്ല എന്നുപറയുന്നതുപോലെ രണ്ടുമീനുകൾ തല പൊക്കി വെള്ളത്തിലേക്ക് മിന്നി മറഞ്ഞുപോയി. ആ പെണ്ണുങ്ങൾ മീനുകൾ നീന്തിപ്പോയ വെള്ളച്ചാലിലേക്ക് നോക്കി പിന്നെയും എന്തൊക്കെയോ കൂട്ടിച്ചേർത്തു കഥയിൽ.

രണ്ടു പെണ്ണുങ്ങൾ മാറിമാറിയാണ് കഥപറഞ്ഞത്.

പെണ്ണുങ്ങൾ മാറി മാറി:-

"ഞങ്ങടെ നാട്ടില് വിജനായി കെടക്കണെ സ്ഥലം മുഴ്വേൻ കൊച്ചുപുത്തൻപുരക്കൽക്കാരുടെയാ. അപ്പനപ്പൂപ്പന്മാര്ടെ കാലത്ത് വസൂരി വന്ന് ചത്തോരുടെ പ്രേതങ്ങള് അവ്ടെ ഉണ്ടെന്നാ എല്ലാരും പറേണെ.

അവര്ടെ വീട്നടുത്തെ തൊണ്ടിലെത്തുമ്പം എന്ക്ക് ഇപ്പളും പേടി വരൂട്ടോ...

മൂക്കിൻ തുമ്പും കഴ്ത്തും ചെവീടെ പൊറകും വിയർക്കും. പിന്നൊര് പര്വേശോം. കൊച്ചു പുത്തൻപുരയ്ക്കലത്തെ ആണൊര്ത്തമ്മാരെ പേടിച്ചിട്ട് നടക്കാമ്പറ്റൂല അതിലേക്കൂടെ.

പെണ്ണുങ്ങളെ കൈയീ കിട്ട്യാ അവന്മാര് വെറ്തെ വിടൂല. ഞങ്ങള് പിള്ളാരായ്രുന്നപ്പം തൊണ്ടിക്കടെ പോകാന്തന്നെ ഒരിതാര്ന്നു- എന്താ എപ്പളാ കണ്ണില് വന്ന് പെടണേന്നറിയാമ്പറ്റൂല- കാണാമ്പാടില്ലാത്ത പലതും അവ്ടെ കാണേണ്ടിവരും."

"കൊച്ചു പുത്തൻപുരയ്ക്കക്കാരുടെ വീടാര്ന്നു ഞങ്ങടെ നാട്ടിലെ ഏറ്റോം വല്യവീട്.

എന്തവായ്രുന്നു കൊച്ചു പുത്തൻപുരയ്ക്കക്കാര്ടെ ആ പൊര.

ഗേറ്റില് രണ്ട് സിങ്കങ്ങള് അമറി നിക്കണത് കൊത്തിവച്ചിട്ടുണ്ട്. അത് കാണമ്പം തന്നെ പേട്യാര്ന്നു. വല്ല വിതേനേം ഗേറ്റ് കടന്ന് പൊരേടത്തി കയ്റ്യാലോ - മുറ്റത്തിന്റെ വടക്കേപ്രത്ത് ഒരു കൂട്ടില് ഒരു പട്ടീണ്ട്. അവന്റെ കൊര കേട്ടാല് നമ്മള് മുള്ളും. ഒള്ളത് പറഞ്ഞാല് അത്നോട് അവര് ചെയ്യണതും കടുംകൈയാ. കൂട്ടില് തന്നെ ഇട്ട്വേക്വാ.... കൂടി വന്നാ അപ്പീടിക്കാനും മുള്ളിക്കാനും മുറ്റം വരെ ഒന്നെറക്കും പാവ്ത്തിനെ."

"അതിനുംകാണൂലേ ആഗ്രഹങ്ങള്. ഒരു പെമ്പട്ടീനെ കാണാനും അത്ന്റെ കൂടെ നടക്കാനും എണ ചേരാനും.

അതിന്റെ ചൊര്ക്ക് അവൻ കൊരച്ച് തീർക്കും."

"ഈ പട്ടീടെ ശാപം കൊച്ചു പുത്തൻപുരയ്ക്കാരുടെ സന്തതി പരമ്പരയ്ക്ക് വരെ കിട്ടും ഒറപ്പാ. അല്ലേലും കൊച്ചു പുത്തൻപുരയ്ക്കക്കാരുടെ പൊരേക്കുറിച്ചാണല്ലോ പറയണ്ത്.

പട്ടിക്കൂടും കഴിഞ്ഞങ്ങ് ചെന്നാൽ ഹൊ പൂതപ്രേതങ്ങടെ ഫവനം പോലെ തന്നെ.

ഇര്ട്ട്, വരാന്തേ തന്നെ ഒരു ദുഷ്ട കാർന്നോരെപ്പോലെ മലർന്ന് കിടക്കണത് കാണാം. ദൂരേന്നേ.

ഇർട്ടിന്റെ മുമ്പില് കറന്റ് വെട്ടോക്കെ തോറ്റുപോകും. അത്രയ്ക്കുണ്ട് ഇരുട്ടിന്റെ ബെലം."

"അകത്തുള്ളോര് ദുഷ്ടക്കൂട്ടങ്ങളല്ലേ. അതാര്ക്കും."

"അവരെടൊക്കെ സൊഭാവത്തിന് വെളിച്ചം ചേരൂല. സാതാരണ ഇർട്ടും ചേരൂല. അതിലെക്കാട്ടും വല്യ ഇർട്ടിന്റെ ഗുഹേം കാട്മൊക്കെ വേണം."

"ഈ ദുരാത്മാക്കളെന്ന് ഞാമ്പറഞ്ഞത് ശര്യാട്ടോ.

കൊച്ചു പുത്തൻപുരയ്ക്കലെ ഇസഹാക്ക് ഒറ്റ ചവിട്ടിനാ അങ്ങേര്ടെ ആദ്യ ഭാര്യേ കൊന്നേന്നാ പറച്ചില്.

ആ സുന്ദരിക്കോതേടെ ശവം അവര്ടെ പറമ്പിലെ വടക്കേ മൂലേലെ ഒര് പൊട്ടക്കെണറ്റി കെടന്നു – പോരേ പൂരം."

"അപ്പം അവർക്ക് വയറ്റില് ഒണ്ടാർന്നൂന്നാ പറേണെ."

"ഈ ഇസഹാക്ക് പെണ്ണുങ്ങടെ വെഷയത്തി ഒര് കാർക്കോടകനായിരുന്നൂന്നാട്ടോ പറേണെ.

ആരേങ്കിലും കണ്ട് പൂതി മൂത്താല് കേറിപ്പിടിക്കും അത്ങ്ങളെ. അറുകൊലേപ്പോലെ വരുതീ വര്ത്തും."

"കൊച്ചു പുത്തൻപുരയ്ക്കലെ റോസിലീടെ കാരിയം പറഞ്ഞ് കാട് കേറില്ലേ –

റോസിലിക്ക് അപ്പനെ പേട്യാര്ന്നു."

"അവള് വെറുമ്പാവാട്ടോ.

പതിനഞ്ച് വയസ്സില് വയസ്സറീച്ച കാലം മൊതല് അതിന് കഷ്ടകാലാ...

ദുഷ്ടത്തരങ്ങള് കണ്ട് മട്ത്തിട്ടാ അത് ജോയീടെ കൂടെ ഒളിച്ചോട്യേ –

റോസിലി നട്ടപ്പാതിരായ്ക്കാ ആ ആണൊര്ത്തന്റെ കൂടെ ഒളിച്ചോടിപോയി അയാളെ കെട്ട്യേ.

കല്യാണൊക്കെ ഒപ്പിടീക്കണ മാറ്റുപൊഴേലെ ഒരാപ്പീസി പോയി ഒപ്പിട്ടേച്ചാ കെട്ടീത്. റോസിലി നല്ല ഒന്നാന്തരം ക്രിസ്ത്യാനാന്ന് ആർക്കാ അറിയാമ്മേലാത്തെ ഈ നാട്ടില്."

"ന്നിട്ട് കെട്ടീതോ – മതം മാറി ക്രിസ്ത്യാനിയായി തീർന്നോനെ.

പോരെ പുകിലെന്ന് അന്നൊക്കെ ഇതും നാട്ടുകാര് മൂക്കത്ത് വിരല് വെച്ചൂട്ടോ –

ന്നാലും റോസിലി കുലുങ്ങീല. അവള് അന്തസ്സായി തന്നെ അയാടെ കൂടെ കഴിഞ്ഞു.

അയാടെ മണ്ണിഷ്ടിക കെട്ടിയ നാല് ചോരുകൾക്കുള്ളില് കെടന്ന് അയാടെ കൂടെ പൊറുത്തു.

അയാടെ രണ്ടുമൂന്ന് പിള്ളാരെ പെറ്റുകൂട്ടേം ചെയ്തു പാവം."

"പറഞ്ഞിട്ടെന്താ.....

ജോയീനെ കാണാതായി.

അയാളെങ്ങോട്ട് പോയീന്നാർക്കുമറിയേല്ല.
കഷ്ടാ..അതിന്റെ കാരിയം.”

“റോസിലീടെ കഥ പറയാന്തൊടങ്ങ്യാ നേരം വെള്ത്താലും തീരൂല. അത്രയ്ക്കൊണ്ട് പറയാൻ.”

പെണ്ണുങ്ങൾ കഥ നിർത്തി. കഥതീർന്നതും ആ രണ്ടു മീനുകൾ പെണ്ണുങ്ങളെ വീണ്ടും എത്തിനോക്കി. വീണ്ടും പുഴയുടെ സങ്കടവെള്ളത്തിലേക്ക് നീന്തി മറഞ്ഞു.

* * * * * * * * * *

എന്തതിശയമേ ദൈവത്തിൻസ്നേഹം എന്ന് റോസിലിയെക്കൊണ്ട് ചിന്തിപ്പിക്കുന്ന തരത്തിലായിരുന്നു കൊച്ചുപുത്തൻപുരയ്ക്കക്കാരുടെ വീടിന് മുന്നിൽ എത്തിയദിവസംതന്നെ റോസിലീം പിള്ളേരും ജോയിയെ കണ്ടെത്തിയത്. അയാളാകെ മാറിപ്പോയിരുന്നു. കൈയിലും കഴുത്തിലും കാൽമുട്ടിലും കാൽപ്പാദത്തിലും പലവർണ്ണച്ചരടുകൾ. - റോസിലിയുടെ തേൻനിറ കെട്ടിയവൻ - മൂന്നു മക്കടെ ചാച്ചൻ, വാലും ചെകിളയും മുറിഞ്ഞുപോയ ഒരു മത്സ്യം കണക്കെ കൊച്ചു പുത്തൻപുരയ്ക്കലെ ഇല്ലിക്കൂട്ടങ്ങളുടെ മുള്ളുകൾക്കിടയിലൂടെ ശ്വാസം കിട്ടാതെ പിടഞ്ഞ് പിടഞ്ഞങ്ങനെ പോകുന്നത് കണ്ട് ഹൊ എന്ന് റോസിലീം പിള്ളേരും ഒന്നിച്ചു പറഞ്ഞു. റോസിലിക്കും മക്കൾക്കും നേരെയുള്ള അയാളുടെ ദയനീയ നോട്ടങ്ങളെ ചുറ്റുമുള്ളവർ വലിച്ചുകീറിയെറിഞ്ഞു കളഞ്ഞു.

നെറ്റിയിൽ ആരൊക്കെയോ ബലം പ്രയോഗിച്ച് ചേർന്നണിയിച്ചു കൊടുത്ത കടും ചുവപ്പു നിറത്തിലെ സിന്ദൂരക്കുറിയിലൂടെ വിയർപ്പ് രക്തത്തുള്ളിപ്പോലെ ചാലിട്ടിറങ്ങി. റോസിലിക്ക് ശരീരമാകെ ഉരുകിയൊലിക്കുന്നതുപോലെ തോന്നി. തൊട്ടു മുകളിലെ നേർരേഖയിൽ കിടന്ന് സൂര്യനും തിളച്ചുരുകി അവളുടെ മേൽ പതിക്കാൻ തുടങ്ങിയിരുന്നു.

എൽദോയും ഏലിയാസും ചാച്ചനെ ദൂരെ നിന്നേ കണ്ടു - ഒരു ചുവന്ന നെരിപ്പോട് കത്തിയമർന്ന് അവർക്കുനേരെ വരുന്നതുപോലെയാണ് അവർക്ക് തോന്നിയത്.

അതു നോക്കിനില്ക്കെ കൊച്ചു പുത്തൻപുരയ്ക്കലെ ഒരിളം തലമുറക്കാരൻ പൗലോച്ചൻ റോസിലിക്കും പിള്ളാർക്കും മുമ്പിൽ സിംഹനോട്ട ഗേറ്റ് വലിച്ചടച്ചുകളഞ്ഞു.

“ഇനി അവനെ നെനക്കു കിട്ടൂല്ല. അവനെ ഇപ്പം കൂറീം തൊടീച്ച് തിര്ച്ചെടുത്തേക്കാ അവര്....”

“പൊക്കോണം പിള്ളേരുമായി നെന്റെ കെട്ടിയോന്റെ വീട്ടിലേക്ക് - നെന്നെ ഇനി ഞങ്ങക്കും വേണ്ട.”

റോസിലിയുടെ കണ്ണുകളിലെ വെള്ളപ്പൊക്കത്തിൽ ജോയി അപ്രത്യക്ഷനായി.

“ചാച്ചൻ വരൂല്ലേ...ഇനി” - എലീന മുളപൊട്ടിയപോലെ കരയാൻ തുടങ്ങി.

“ചാച്ചനെ ആരാ വിടാത്തെ ഇങ്ങോട്ട്” - ഏലിയാസ് ഉത്തരം

കിട്ടാതെ സംശയിച്ചു നിന്നു.

റോസിലീം പിള്ളേരും അങ്ങനെ കൊച്ചു പുത്തൻപുരയ്ക്കൽ തറവാട്ടിലേക്ക് കയറാതെ തന്നെ അടഞ്ഞുകിടന്ന സിംഹനോട്ട ഗേറ്റിനു വെളിയിൽനിന്നും വീണ്ടും തിരിച്ച്, മണ്ണിഷ്ടിക മണമുള്ള ജോയീടെ തറവാട്ടിലേക്ക് പോന്നു. സങ്കടങ്ങളുടെ ഒരു തുണ്ടു പകൽ മൂവന്തിയിലോട്ട് കയറിപ്പോകുകയായിരുന്നു അപ്പോൾ.

ഏലിക്കുട്ടീടെ വാട്ടുകപ്പ ഉണക്കാനിട്ടിരിക്കുന്ന പനമ്പും ചവിട്ടാതെ, കറുത്ത മണ്ണിൽ പൊട്ടിച്ചിതറി വീണ റബ്ബർ കായ്കളെ ചവിട്ടാതെ, അവൾ പിള്ളേരേം കൊണ്ട് പുരയ്ക്കകത്തേക്ക് കേറിപ്പോന്നു. ജോയീടെ തേൻനിറ നെഞ്ചിൻകൂടും ഓർത്തോർത്ത് റോസിലി തഴപ്പായിൽ കിടന്നു. എൽദോയും ഏലിയാസും എലീനയും പൊടിമണ്ണിൽ നേരത്തെ തന്നെ ഉറക്കത്തെ വിരിച്ചിട്ടിരുന്നു.

ചുറ്റും മുളച്ചുപൊന്തിയ ഓർമ്മക്കുരുപ്പുകൾക്കുള്ളിൽ കിടന്ന് പൊറുതി മുട്ടിയപ്പോൾ റോസിലി വെട്ടുകൽ ഭിത്തിയിലെ ഫോട്ടോയിലേക്ക് മൂന്നു ബാറ്ററീടെ ടോർച്ച് വെട്ടം തെളിയിച്ചു. കറുപ്പിലും വെളുപ്പിലും മുങ്ങി നിവർന്ന് നിന്നിരുന്ന ജോയീം മക്കളുമൊക്കെ ഫോട്ടോയിൽനിന്ന് ഇറങ്ങിപ്പോകുന്നതും, എരട്ടവാലന്മാർ കൂട്ടത്തോടെ താളം ചവിട്ടുന്നതും കണ്ട് റോസിലി ഇരുട്ടിനോട് കൊടും പുലഭ്യം പറഞ്ഞുകൊണ്ടേയിരുന്നു. പിന്നെ ഉന്മാദത്തിൽ നിന്ന് പൊട്ടിയടർന്ന് ചിതറിയ കൂർത്ത തെറിയടയാളങ്ങൾ വഴി നീളെ വിതറി റോസിലി രാത്രിയുമായി ഇണചേരാൻ തുടങ്ങി. ചുറ്റിനുമുള്ള കാട്ടുവള്ളി കൂർപ്പുകളിൽ ചോരഗന്ധമുള്ള മൊട്ടുകൾ മുറ്റി നിന്നിരുന്നത് കണ്ട് അവൾക്ക് ചിരിപോലെയുള്ള കരച്ചിൽ പൊട്ടി.

'കലി'

എന്റെ മൂത്തയാങ്ങള ജോൺസൺ ചേട്ടായീം അച്ചാച്ചനും തമ്മിൽ എന്തെല്ലാമോ പൊരുത്തക്കേടുകളുടെ കൂർത്ത കുപ്പിച്ചില്ലുകൾ ഒളിപ്പിച്ചുവെച്ച്, വാക്കേറ് നടത്തി, നിരന്തരം പടപൊരുതുന്ന ഒരു വീടായിരുന്നു ഞങ്ങളുടേത്. വാക്കുകളുടെ കരിനീല വിഷപ്പെരുക്കങ്ങൾ അണലിക്കുഞ്ഞുങ്ങളെപ്പോലെ വീടിനുള്ളിലാകെ ചീറിയിഴഞ്ഞു.

ഓ രണ്ടും തൊടങ്ങി കീരിം പാമ്പുംപോലെ എന്നുള്ള അമ്മച്ചിയുടെ പറച്ചിൽ കേൾക്കുമ്പോഴൊക്കെ ആരാണ് കീരി, ആരാണ് പാമ്പ് എന്നു ഞാൻ തലപുകച്ചിട്ടുമുണ്ട്. എനിക്കപ്പോഴൊക്കെ വീടിനോട് തന്നെ ദേഷ്യം തോന്നും. പക്ഷേ, തെക്കേപ്പുറത്തെ റബ്ബർമരങ്ങൾ പഴുത്ത മഞ്ഞ ഇലകളെ കാറ്റിൽ പറപ്പിക്കുന്നതും കായ്കൾ പൊട്ടിത്തെറിപ്പിക്കുന്നതും നോക്കി നില്ക്കുന്നതല്ലാതെ വീടിനും കാര്യമാത്ര പ്രസക്തമായി ഒന്നും ചെയ്യാനുണ്ടായിരുന്നില്ല. വല്ലപ്പോഴും നല്ല ഒന്നു രണ്ടു മുഴുത്ത പച്ചത്തെറികൾ ഈ വീടിന് ഉച്ചത്തിൽ പറഞ്ഞുകൂടെ എന്ന എന്റെ ചോദ്യം കേട്ട് അമ്മച്ചിക്ക് ചിരിയൊന്നും വന്നില്ല. കാരണം അപ്പന്റെയും മോന്റെയും യുദ്ധം കണ്ട് അമ്മച്ചി പൊറുതിമുട്ടിയിരുന്നു.

രണ്ടുപേരും രണ്ടു പാർട്ടിക്കാരായതാ കൊഴപ്പായെ – നാശങ്ങള് – യുദ്ധം മൂക്കുമ്പോൾ അമ്മച്ചി പ്രാകും. അമ്മച്ചിക്ക് അറിയാവുന്ന ഏറ്റവും വലിയ ചീത്ത വാക്കുകൾ നാശം, കാലൻ, കഴുവേറി എന്നുള്ളതൊക്കെയായിരുന്നു. അതൊക്കെ എവിടെ ഏശാനാണ്? ജോൺസൺ ചേട്ടായീം അച്ചാച്ചനും എന്നു മുതലാണ് രണ്ടുപാർട്ടിയിൽപെട്ടുപോയതെന്ന് ഞങ്ങൾക്കാർക്കും ഓർമ്മയില്ല. അച്ചാച്ചൻ പണ്ടുമുതലേ സാദാ പാർട്ടിക്കാരൻ. നോട്ടീസ് കൊടുപ്പും ഫണ്ടു പിരിവും വെയിൽ കൊള്ളലും ഒരു മടിയുമില്ലാതെ ജീവിതകാലമത്രയും തകൃതിയായി സന്തോഷ

ത്തോടെ നടത്തി വിശ്രമിക്കാനറിയാത്ത ഒരു പാവം സഖാവായിരുന്നു അച്ചാച്ചൻ. നാട്ടിലുള്ള സകലമാന കല്യാണങ്ങൾക്കും അടിയന്തിര ങ്ങൾക്കും അച്ചാച്ചൻ പോകും. കൈയിൽ ഉള്ളത് ഒരു മടിയുമില്ലാതെ നല്കുകേം ചെയ്യും. ഉദാരശീലൻ. ജോൺസൺ ചേട്ടായിയോ? ഏതൊ ക്കെയോ പാർട്ടീന്ന് ചാടിച്ചാടി ഇപ്പോൾ ഒരു തുക്കടാ പാർട്ടീടെ നേതാ വാണത്രേ. പോരാത്തതിന് തൊട്ടതിനും പിടിച്ചതിനുമാകെ അസ്സഹിഷ് ണതേം. പോരെ പൊടിപൂരം. ഞങ്ങടെ വീട് ഒരു കലാപ ഗൃഹം ആകാൻ മറ്റെന്തുവേണം.

വടക്കേച്ചിറയിലെ റബ്ബർക്കാട്ടിൽ ഒരു ശവം കണ്ട് നാട്ടുകാരൊക്കെ ശവ ചിന്തകളാൽ ഉരുകിപ്പോയ അന്നു രാത്രിയിലാണ് ഞങ്ങടെ വീടും കുറേശ്ശേ വർത്തമാനം പറയാൻ തുടങ്ങിയത്. ഒരു കണ്ണ് നഷ്ടമായ തൊഴിച്ചാൽ ലക്ഷണമൊത്ത ഒരു ശവമായിരുന്നു അതും. ഉണ്ടായിരുന്ന ഒരു കണ്ണാകട്ടെ ഏതോ ചുഴറ്റലിൽപ്പെട്ട് ഉഴറിക്കൊണ്ടേയിരിക്കുന്നതു പോലെ തോന്നിപ്പിച്ചു. പൂപ്പലും, കടും ചോരപുരണ്ട ഭീകരരായ ഉറു മ്പുകളും അതിരിട്ട് മുഖം പാതി മറഞ്ഞുപോയ ശവത്തിന്റെ പഴക്കം ആർക്കും പ്രശ്നമായി തോന്നിയതേയില്ല – ആണോ അതോ കുത്തിക്കീറി വരഞ്ഞ് പരുവപ്പെടുത്തി കൊന്നുതള്ളിയ ഒരു പെണ്ണോ എന്ന് തിരിച്ചറിയാനാകാത്തവിധം പൊതിഞ്ഞു കിടത്തിയിരുന്ന അതിന്റെ അരികിലൂടെ മൂക്കുപൊത്തി, ചുണ്ട് വക്രിച്ച്, ഇതേത് പാർട്ടിയിൽപ്പെട്ടത് എന്ന് നാട്ടുകാർ ഒത്തിരി ചർച്ചകൾ നടത്തി – ഓരോ വീടുകളിലേക്കും തുടർ ചർച്ചകൾ ഇഴഞ്ഞെത്തിക്കൊണ്ടേയിരുന്നു.

ഇങ്ങനെ ഗതികെട്ട ഒരു ശവവും അത് പുറപ്പെടുവിച്ച ലോക നിന്ദയും ഈർഷ്യയും പരിഹാസവും പതിവുപോലെതന്നെ ഒറ്റദിവസ ത്തിനുള്ളിൽ പലരുടേയും ചിന്തകളിൽ അപ്രസക്തമായി മാഞ്ഞുപോ കുകയായിരുന്നു. ഞങ്ങളുടെ വീടും എപ്പോഴൊക്കെയോ പതം പറഞ്ഞ് കരയുകയും പശുത്തൊഴുത്തിലേക്കുചെന്ന എന്നെനോക്കി അടക്കം പറ യുകയും ചെയ്തെന്നാണ് എന്റെ ഓർമ്മ. ശവത്തെ അതിന്റെ പാട്ടിനു വിട്ട്, ജോൺസൺ ചേട്ടായി പുളിങ്കുരു വറുത്ത് വായിലിട്ട് ചവച്ചു തുപ്പു ന്നതുപോലെ അവരുടെ പാർട്ടിക്കാര്യങ്ങൾ അച്ചാച്ചന്റെ മുന്നിലേക്ക് തുപ്പി. അച്ചാച്ചൻ ചൂടായി വന്നപ്പോൾ അച്ചാച്ചനോട് ഒരു മകൻ പറയാൻ പാടില്ലാത്ത തല്ലുകൊള്ളിത്തരം കൊത്തിവച്ച വാക്കുകൾ വീശി യെറിഞ്ഞു.

വാസ്തവത്തിൽ എന്താണ് ചേട്ടായിയുടെ പ്രശ്നം. ആരോടൊ ക്കെയോ ദേഷ്യമോ വെറുപ്പോ ഒക്കെ ഉള്ളത് അച്ചാച്ചന്റെ നേർക്ക് കൂർത്ത കുന്തങ്ങളായി എറിഞ്ഞുകൊണ്ടേയിരിക്കുന്നതിലാണ് കമ്പം. ഇനി ഈ അച്ചാച്ചന്റെ മകൻ തന്നെയല്ലേ ചേട്ടായി എന്ന സംശയത്തിന്റെ ഒരാളൽ എന്റെ മനസ്സിലും നടക്കാറുണ്ട് ചിലപ്പോൾ.

കറുത്ത് പഴകി, പൂപ്പല് മണം പിടിച്ച ഊണുമേശയ്ക്കുചുറ്റും

മുട്ടുവേദനയും വെച്ച് പ്രാഞ്ചി നടന്ന് അമ്മച്ചി കപ്പപ്പുഴുക്കും നത്തോലലീം മാങ്ങേം കൂടി ഇട്ടുവെച്ച മീങ്കറിം വിളമ്പി നടന്നപ്പോഴോക്കെ ജോൺസൺ ചേട്ടായി അച്ചാച്ചനെ നോട്ടം കൊണ്ട് കുത്തിക്കൊണ്ടേയിരുന്നു. ചേട്ടായിയുടെ പ്രതീകാത്മക ശത്രുവായിരിക്കാം ഈ അച്ചാച്ചൻ. അല്ലെങ്കിൽ പിന്നെ തൊട്ടതിനും പിടിച്ചതിനുമൊക്കെ ഇങ്ങനെ അച്ചാച്ചനെ മാത്രം കുത്തിപ്പറയുമോ?

അച്ചാച്ചൻ ജനിച്ച അന്നു മുതല് കമ്യൂണിസ്റ്റ് പാർട്ടിക്കാരനായിരുന്നെന്നാ പുള്ളിക്കാരൻ പറേണെ. അച്ചാച്ചന്റെ അച്ചാച്ചനാ ഞങ്ങളുടെ ചുറ്റുവട്ടത്തൊക്കെ പാർട്ടി ഉണ്ടാക്കീതെന്ന് അച്ചാച്ചനും പുള്ളീടെ പെങ്ങന്മാര് ലില്ലിയാന്റീം മേരിയാന്റീമൊക്കെ പറേണത് ഞാൻ കേട്ടിട്ടുണ്ട്. അമ്മച്ചി പക്ഷേ, ഇതൊന്നും ചെവികൊള്ളൂല്ല. നെന്റെ അച്ചാച്ചന് ആരോ രാഷ്ട്രീയത്തിൽ കൈവെഷം കൊടുത്തൂന്നാ പുള്ളിക്കാരീടെ വാദം. അതുപോട്ടെ അങ്ങനെയുള്ള അച്ചാച്ചൻ അതായത് അത്രേം പാരമ്പര്യമുള്ള അച്ചാച്ചൻ എങ്ങനെ പുള്ളീടെ ഇരുപത്തെട്ടാമത്തെ വയസ്സിൽ സൃഷ്ടിച്ചെടുത്ത ജോൺസൺ ചേട്ടായിടെ മുന്നിൽ കീഴടങ്ങി കൊടുക്കുന്നുവെന്ന് എത്ര ആലോചിച്ചിട്ടും എനിക്ക് ഒരെത്തും പിടീം കിട്ടില്ല.

അച്ചാച്ചൻ ഒരു പാവത്താനാണ് എന്ന് അമ്മച്ചി കൂടെകൂടെ എന്നോട് പറയാറുള്ളത് വെറുതെയല്ല എന്ന് ഓർത്ത് കൊണ്ടുതന്നെ ഒത്തിരി പരതീട്ട് മാങ്ങക്കഷണത്തിനെടേന്ന് എനിക്ക് കിട്ടിയ ഒരുകുഞ്ഞ് നത്തോലി കടിച്ച് രസിച്ച്, പച്ചമുളകിന്റെ കുത്തേലേറ്റ് ശ് എന്ന് എരിവ് വലിച്ച് ഞാൻ അച്ചാച്ചനെത്തന്നെ നോക്കിയിരുന്നു.

ഈ അച്ചാച്ചനെന്തിനാ ജോൺസൺ ചേട്ടായീടെ മുമ്പിലിങ്ങനെ തോറ്റുകൊടുക്കണെ. എന്തിനാ ഇത്രേം പേടിക്കണെ എന്നൊക്കെ ആ നേരം എനിക്ക് പാവം തോന്നി. അച്ചാച്ചന് ഗൗരവത്തിലൊക്കെ ഒന്നു നിന്നൂടെ എന്നാലോചിച്ചു. ആദ്യോക്കെ അച്ചാച്ചന് ഇ എം എസിന്റെ രൂപമായിരുന്നൂന്ന് ഈ ജോൺസൺ ചേട്ടായി തന്നെ പറയുന്നത് ഞാൻ കേട്ടിട്ടുണ്ട്. ശരിയാണോന്നറിയാൻ ഞാനും അച്ചാച്ചനെ പണ്ടൊക്കെ ഒളികണ്ണിട്ട് നോക്കീട്ടുണ്ട്. ഇത്തിരിയൊക്കെയുണ്ടായിരുന്നതായി എനിക്കും തോന്നീരുന്നു. അച്ചാച്ചൻ മുറുക്കിത്തുപ്പി, ചിറിതുടച്ച് ചിരിച്ചപ്പോഴും വാഴച്ചോട്ടിലെ മണ്ണുവെട്ടുമ്പോഴും കൈലി മടക്കിക്കുത്തി പിച്ചവയ്ക്കുന്നതുപോലെ മെല്ലെ നീങ്ങിയപ്പോഴുമൊക്കെ ആ ശരീരത്തിന്റെ ഒളിസങ്കേതങ്ങളിലിരുന്ന് ഇ എം എസ് അച്ചാച്ചനിലൂടെ തിരിഞ്ഞും മറിഞ്ഞും എന്നെ നോക്കുന്നുണ്ടോ എന്ന് ഞാൻ സംശയിച്ചിട്ടുണ്ട്. ഊണുമേശയിലെ നത്തോലി മണവും ജോൺസൺ ചേട്ടായീടെ നേതാവെന്ന അഹങ്കാരവും എന്റെ പാവം അച്ചാച്ചന്റെ അയ്യോ പൊത്തേ എന്ന ഉൾവലികളും ചേർന്ന്, ഞങ്ങളുടെ വീടിനെ ഉരുട്ടിക്കൊണ്ടിരിക്കുന്നതുപോലെ എനിക്ക് തോന്നി.

അമ്മച്ചി വയ്യാത്ത മുട്ടിന് കൈകൊടുത്തുതന്നെ ഏന്തിവലിഞ്ഞ്

നടന്ന് പശുവിന് പുല്ലു പറിക്കുകയും കിണറ്റിൻകരയിൽ നില്ക്കുന്ന കറിവേപ്പിലയ്ക്കും ചീരയ്ക്കുമൊക്കെ വെള്ളമൊഴിക്കുകയും ജോൺസൺ ചേട്ടായിയുടെയും അച്ചാച്ചന്റെയും തുണിയൊക്കെ കഴുകുകയും ചെയ്തുകൊണ്ടേയിരുന്നു. ഇടയ്ക്കൊക്കെ ഞാനും എനിക്കിഷ്ടമുള്ള ജോലികളിലൊക്കെ അമ്മച്ചിയെ സഹായിച്ചുകൊടുക്കും. ഷർട്ടിന്റെ പശ കുറഞ്ഞാലോ ബട്ടൺ ഇളകിപ്പോയാലോ ഒക്കെ അമ്മച്ചിയേം ചേട്ടായി ചീത്തപറയും. ഈ മുടിഞ്ഞ തള്ള എന്ന് ഒച്ചവെയ്ക്കും. ജോൺസൺ ചേട്ടായിക്ക് ആരോടും ഒരലിവും ഇല്ലാത്തതെന്ത് എന്ന് ചിലപ്പോഴൊക്കെ മുറിയിൽ ഒറ്റയ്ക്കു കിട്ടുമ്പോൾ ചോദിച്ചിട്ടുണ്ടെങ്കിലും ഒരു മറുപടിയും തരാതെ നിർദ്ദാക്ഷ്യണ്യം എന്നെ ഇറക്കിവിടും.

ജോൺസൺ ചേട്ടായി ഉണ്ടാക്കുന്ന പൊല്ലാപ്പുകൾ, പരാതികൾ ആയി അച്ചാച്ചന്റെ ഹൃദയമുറിയിലാണ് വീട്ടുകാരും നാട്ടുകാരുമൊക്കെ കൂമ്പാരം കൂട്ടിയിടുന്നത്. ഊണുമേശയ്ക്കിരുവശവും ഇരുന്ന് രണ്ടുപേരും കൊമ്പുകോർക്കുന്നത് ഒരു പതിവായി മാറി.

കരപ്പാടത്തൂന്ന് വെള്ളരീടേം പടവലങ്ങേടേം പാവലിന്റേം പച്ചമുളകിന്റേം ഒക്കെ പുഴുക്കളേം കീടങ്ങളേം നുള്ളിക്കളഞ്ഞ് തളർന്നുപോയിട്ടും പതിവായി ഇത്തരമവസരങ്ങളിൽ കുടിക്കാറുള്ള മോരും വെള്ളോം കഞ്ഞിവെള്ളോന്നും അമ്മച്ചീടെ കൈയീന്ന് ചോദിച്ചുവാങ്ങി കുടിക്കാതെയും മൗനവ്രതമെടുത്തും അച്ചാച്ചൻ ദേഷ്യം തീർത്തുകൊണ്ടിരുന്നു.

നെന്റെ മകൻ ജയിച്ചല്ലോ അതുമതി. ഇടയ്ക്കെപ്പോഴോ അച്ചാച്ചന്റെ സങ്കടോം നെടുവീർപ്പിടലുമൊക്കെ കണ്ട് അമ്മച്ചി ഒരു വൃദ്ധപ്രേമിക്കൽ അങ്ങ് പ്രേമിച്ചോണ്ട് കൊഞ്ചിക്കുഴഞ്ഞ് മുട്ടും താങ്ങിപ്പിടിച്ച് അടുത്തു ചെന്നപ്പോൾ അച്ചാച്ചൻ പൊട്ടിത്തെറിച്ചു. അച്ചാച്ചൻ സ്വന്തം നെഞ്ചിൽ ഒരടി അടിച്ചു. “ഞാൻ തീയിൽ കുരുത്തതാടീ വാടൂല്ല. നെന്റെ മോന്റെ തല്ലുകൊള്ളിത്തരങ്ങളൊക്കെ മനസ്സിലാക്കണകാലം വരൂടീ നീ നോക്കിക്കോ. എന്തായാലും അവൻ വളർന്നൂലോ ഈ അച്ചാച്ചന് അത് മതീ”ന്ന്. അപ്പോഴങ്ങോട്ട് അമ്മച്ചിയെ തെരക്കിച്ചെന്ന എന്നെനോക്കി അച്ചാച്ചൻ എന്തോ ഉച്ചത്തിൽ പറഞ്ഞു. അന്നു ഞങ്ങളൊക്കെ പട്ടിണി കിടന്നു. അച്ചാച്ചനോടുള്ള പിന്തുണ. അമ്മച്ചി കുറേനേരം കഴിഞ്ഞപ്പോൾ അടുക്കളയിൽ കയറി എന്തോ കഴിച്ചതുപോലെ എനിക്ക് തോന്നി. പാവം ഷുഗറുള്ളതാ കഴിക്കട്ടെ. ടെസ്സി പൂച്ച മാത്രം അമ്മച്ചീടെ പിന്നാലെ അടുക്കളേലോട്ടും തിരിച്ചുമൊക്കെ വാലും വിറപ്പിച്ച് മ്യാവൂ കേൾപ്പിച്ച് ഓടി നടന്നു. പിന്നെ അവളുടെ സ്ഥിരകാമുകനായ ഒരു കണ്ടൻ പൂച്ചയുടെ കരച്ചിൽ കേട്ട് അങ്ങോട്ടോടി. അല്ലേല്ലും പൂച്ചകളുടെ സങ്കടൊക്കെ ഇത്രേ ഉള്ളു – എന്ന് അമ്മച്ചി വിചാരിച്ചു കാണും.

ജോൺസൺ ചേട്ടായി ഒരു ജീപ്പിലാ അന്നു പാതിരാത്രിയായപ്പം വീട്ടിലേക്ക് വന്നത്. കൂടെ കുറെ കൂട്ടുകാരും. അവർ കുഴഞ്ഞ

ശബ്ദത്തിൽ കലപില കൂടുന്നതും ഒച്ചവെക്കുന്നതും ഒത്തിരിനേരം അടക്കിപ്പിടിച്ച് സംസാരിക്കുന്നതുമൊക്കെ ജനാലയുടെ അല്പം തുറന്നിട്ട വിടവിലൂടെ കണ്ടുകൊണ്ട് ഞാൻ സങ്കടപ്പെട്ടു കിടന്നു.

മുറ്റത്ത് ഒറ്റയാനായ മല്ലൻ രാത്രി കുറെയേറെ നിഴലുകളെ അടിച്ചുമലർത്തി നിരത്തിയിട്ടിരിക്കുന്നു. ഞങ്ങളുടെ വീട് മരിച്ചടക്കം കഴിഞ്ഞ് നീല ടാർപോളിൻ പന്തലിന്റെ കീഴിൽ നിലവിളിച്ചു തളർന്നു കിടക്കുന്നതുപോലെ തോന്നി. ആട്ടിൻകൂട്ടിനു താഴെ പെറ്റുകിടക്കുന്ന ലില്ലി എന്ന നായയും അവളുടെ കുഞ്ഞുങ്ങളും സമാധാനം കിട്ടാത്തതുപോലെ മോങ്ങുന്നുണ്ടായിരുന്നു. രണ്ടു കുഞ്ഞുങ്ങളും ചത്തുപോയ തള്ളയാട് പാൽചുരത്താനാകാതെ വീങ്ങിയ മുലകളും തൂക്കി ദീർഘനിശ്വാസമുതിർത്ത് കണ്ണുകൾ തുറന്നുതന്നെ നില്ക്കുന്നുണ്ടാകും. ഞാനും കണ്ണുകൾ തുറന്നുതന്നെ കിടന്നു.

ഇടയ്ക്ക് ഒന്നു രണ്ടു ദിവസങ്ങളിൽ അച്ചാച്ചന്റെ ചില കൂട്ടുകാരൊക്കെ വീട്ടിൽ വന്നു പോയി. ചേട്ടായി വീട്ടിൽ അടിക്കടി ഉണ്ടാക്കുന്ന കോലാഹലങ്ങൾ അച്ചാച്ചന്റെ ജീവിതത്തിൽ മാറ്റങ്ങൾ വരുത്തിയിരുന്നു. പലരും ഒഴിവാക്കുന്നതായി അച്ചാച്ചൻ സംശയിച്ചു. മുറുക്കാനും ബീഡിയും കള്ളുമൊക്കെ പങ്കു വച്ച് രാഷ്ട്രീയം ചർച്ചചെയ്യാറുള്ള മുറുക്കാൻ കടക്കാരൻ കുര്യനും ചേന്നാട്ടെ പൈലിയും കുഞ്ഞുമോനും കാവങ്കാട്ടെ മുരളിയും അച്ചാച്ചനെ കണ്ട് ഒഴിഞ്ഞുമാറിപ്പോയ കാര്യം അന്നുതന്നെ വീട്ടിൽ വന്നു പറഞ്ഞു.

ജോൺസൺ ചേട്ടായിക്കു വന്ന മാറ്റമൊന്നും എന്നെയോ അമ്മച്ചിയെയോ ഒട്ടും അതിശയിപ്പിച്ചില്ല. കുഞ്ഞുനാളിലെ മൊതല് അവനങ്ങിനയാ...... വാശി മൂത്താൽ അവന് പ്രാന്താ...... അമ്മച്ചി വെറുതെയിരുന്ന് പറയാറുണ്ടായിരുന്നു അങ്ങനെ.

“ഇത് വാശ്യോന്നുമല്ല. മുട്ടൻ പ്രാന്താ. ആശൂത്രീ കൊണ്ടകാണിക്ക് അല്ലെങ്കി സ്വന്തം തന്തയെ ഇങ്ങനെ കഷ്ടപ്പെടുത്ത്വോ.” ജോൺസൺ ചേട്ടായി കേൾക്കാതെ ഞാൻ കുത്തിപ്പറഞ്ഞു. “അല്ലേല്ലും അമ്മച്ചിക്ക് ഇത്തിരി സോഫ്ട് കോർണർ ഉണ്ട് അങ്ങോട്ട്. മൂത്താമോനല്ലേ.”

അമ്മച്ചി മുട്ടുകാലിന്റെ വേദന മറന്ന് എനിക്കുനേരെ കൈയോങ്ങാൻ എഴുന്നേറ്റു വന്നു. “അമ്മച്ചി എന്നാ ചേട്ടായീടെ കൂടെ ജാതീം നെറോം പറഞ്ഞോണ്ട് പോ....” എനിക്കും ദേഷ്യം വന്നു.

ആയിടെ എനിക്കുവന്ന കല്യാണാലോചനകളൊക്കെ (ഒരെണ്ണം ചെറുക്കൻ എന്നെ ഇഷ്ടപ്പെട്ട് വന്നതാണ്) അവരുടെയൊക്കെ രാഷ്ട്രീയ ചായ്‌വ് ശരിയല്ല എന്നു പറഞ്ഞ് ജോൺസൺ ചേട്ടായി മുടക്കാൻ ശ്രമിച്ചത് ഞാനറിഞ്ഞതിന്റെ ചൊരുക്ക് എന്റെ മനസ്സിലും ഉണ്ടായിരുന്നു. എനിക്ക് കെട്ടാനങ്ങിനെ മുട്ടിനില്ക്കുവൊന്നുവല്ലേല്ലും ചേട്ടായി അങ്ങനൊക്കെ ചെയ്യുന്നതറിയുമ്പോൾ എന്റെ ശരീരവും മനസ്സുമൊക്കെ കക്ക നീറുന്നതുപോലല്ലേ നീറുന്നത്.

"എന്തിനാ ഇങ്ങനെ കുടുംബ ദ്രോഹിയായ ഒരു ചേട്ടായി"– അച്ചാച്ചൻ ഏതോ ഒരു തീവ്രവാദിയായ രാഷ്ട്രീയ നിരീക്ഷകന്റെ ലേഖനം വായിച്ചുകൊണ്ടിരുന്ന സമയം നോക്കി ഞാൻ അച്ചാച്ചന്റെ അടുത്തു ചെന്ന് ഒരു ഗ്രൂപ്പുകളി നടത്താൻ ശ്രമിച്ചുകൊണ്ട് പറഞ്ഞു.

"നെന്റെ ചേട്ടായി അല്ലേ സഹിച്ചോ" വാരികയിലെ കടുത്ത ഒരു പാർട്ടിവിമർശന പോയിന്റ് കണ്ട് ആ പേജ് മടക്കിവച്ചുകൊണ്ട് അച്ചാച്ചൻ പറഞ്ഞു. എനിക്ക് അച്ചാച്ചന്റെ അപ്പോഴത്തെ പ്രതികരണം ഒട്ടും ഇഷ്ടമായില്ല എങ്കിലും ഞാൻ അവിടൊക്കെ ചുറ്റിപ്പറ്റി 'എന്ത് കുടുംബ ദ്രോഹാ അവഞ്ചേയ്തേന്ന്' അച്ചാച്ചൻ ചോദിക്കുമെന്ന് കാത്തു കുറെനേരം നിന്നുവെങ്കിലും ഒന്നും ചോദിച്ചില്ല. അന്നും ചേട്ടായി പതിവിലും താമസിച്ചാണ് വീട്ടിലെത്തിയത്. കട്ടിപിടിച്ച കൂറ്റൻ ഇരുട്ടിനെ വെട്ടി പിളർത്താനാകാതെ മൊബൈൽ ഫോണിന്റെ മിന്നാമിന്നി വെട്ടം തെളിച്ച്, പേടിച്ച് പേടിച്ച് കാലിൽ ഉരുമ്മി കൂട്ടുകൂടാൻ ചെന്ന ടെസ്സി പൂച്ചയെ കാൽകുടഞ്ഞെറിഞ്ഞ് പതുങ്ങി പതുങ്ങിയാണ് വന്നതെന്ന് ഉറങ്ങാതെ കിടന്ന എനിക്കു മനസ്സിലായി.

ഈയിടെയായി ചേട്ടായി വീട്ടിൽനിന്ന് ഭക്ഷണം കഴിക്കുന്ന ശീലമൊക്കെ മാറ്റിയിരിക്കുന്നു. രാത്രി വൈകി എപ്പോഴെങ്കിലും വന്നാലായി. ചേട്ടായിയുടെ മുറിയിൽനിന്ന് അജ്ഞാതമായ തീക്ഷ്ണ ഗന്ധങ്ങളും രാത്രിയുടെ അരം മൂർച്ചകൂട്ടുന്ന രാകലുകളും അമർത്തിപിടിച്ച സംഭാഷണങ്ങളും ആരേം ചുട്ടെരിപ്പിക്കുന്ന ചിരിയുമൊക്കെ ഉണ്ടോ എന്ന് സംശയിച്ച് ഞാൻ പതുങ്ങിപ്പതുങ്ങി ജനാലയോളം ചെന്ന് ചെവിയോർക്കാറുണ്ട്. ചേട്ടായിയെ സംശയിക്കുന്നതോർത്ത് കുറ്റബോധം തോന്നുമെങ്കിലും അതിന്റെ ആവശ്യമില്ല, നിന്റെ ചേട്ടായിയല്ലേ സാധനം, കാട്ടിക്കൂട്ടുന്നതൊക്കെ കണ്ടേച്ചാൽ മതി പട്ടി കഴ്വേർടമോൻ, എങ്ങനെ സംശയിക്കാതിരിക്കുമെന്നോക്കെ ആരോ മനസ്സിൽ പുലഭ്യം നിറയ്ക്കുമ്പോൾ ഞാൻ തിരിച്ചു നടക്കും.

അച്ചാച്ചന്റെ കഫം ഇഴഞ്ഞിടറുന്ന നീണ്ട ചുമയും അമ്മച്ചീടെ കാൽമുട്ട് തിരുമ്മലിനിടയിലെ അയ്യോ വിളികളും ടെസ്സിപ്പൂച്ചയെ തേടിയുള്ള കണ്ടൻപൂച്ചയുടെ കാമക്കലിവിളികളും ചേർന്ന് ഞങ്ങളുടെ വീടിനെ ഇപ്പോൾ ഉറക്കാറേയില്ല. അങ്ങനെ ഉറക്കം നഷ്ടമായ ഒരു രാത്രിയിലാണ് ഞാൻ ആ കാഴ്ച കണ്ടത്. ജോൺസൺ ചേട്ടായി ഭ്രാന്തു പിടിച്ചതുപോലെ പറമ്പിലൂടെ നെട്ടോട്ടം ഓടുന്നു. അച്ചാച്ചന്റെ സ്നേഹരാശി പുരണ്ടിട്ടെന്നപോലെ പൂത്തുനില്ക്കുന്ന വാഴക്കൂട്ടങ്ങൾ വെട്ടിനിരത്തി ചേട്ടായി ഉറഞ്ഞുതുള്ളിയത് ഞാൻ കണ്ടതാണ്. ഇതെവിടേക്കാണീ ചേട്ടായി പോണത്. നിശ്ശബ്ദത കുടിച്ച് മദം പൂണ്ട രാത്രിയെ നോക്കി ഞാൻ ചോദിച്ചു. വാഴക്കൂട്ടങ്ങളുടെ നിഴലുകൾ ചാഞ്ഞ് അച്ചാച്ചന്റെ മുറിക്കു ചുറ്റും അവ്യക്തവും ഭീകരവുമായ രൂപങ്ങൾ സൃഷ്ടിച്ചിരിക്കുന്നത് കണ്ട് ഞാൻ ഭയപ്പെടുകയും ചെയ്തു. ജോൺസൺ ചേട്ടാ

യിയുടെ വിറങ്ങലിച്ച ചീത്തവാക്കുകൾ അച്ചാച്ചന്റെ മുറിക്കു ചുറ്റും ആദ്യം ഇഴഞ്ഞ ആവേഗത്തോടെ, പിന്നെ ഭ്രാന്തൻ ആക്രോശങ്ങളായി ചെവിയിലേക്ക് അലച്ചു വീണുകൊണ്ടേയിരിക്കുകയാണിപ്പോൾ. രാത്രിയിലേക്ക് എല്ലായ്പ്പോഴും ചെവിയോർക്കുകയാണ് ഞാൻ – വീടുപോലും ഭയന്ന് പടിയിറങ്ങി എങ്ങോട്ടോ പോകുന്നത്, ഒരു തലക്കറക്കത്തിനിടയിലും ഞാൻ കണ്ടു.

ചീരേച്ചിയും ഞങ്ങളും

ഇക്കഥ ഞങ്ങൾ തന്നെ പറയാമെന്ന് ഞങ്ങളങ്ങു തീരുമാനിച്ചു. പറയാം. ചേന്നാട്ടുകാർ അവരുടെ അപ്പനപ്പൂപ്പൻമാരുടേയും അവരുടേം അപ്പനപ്പൂപ്പൻമാരുടേയും കാലം മുതല്ക്കേ കള്ളുചെത്തി വില്ക്കുന്ന വരും കള്ളിന്റെ അനിതാരികളായി നല്ല ഒന്നാന്തരം പോത്തും താറാവും കോഴിയുമൊക്കെ കുഴമ്പുപരുവമുള്ള കറിക്കൂട്ടുകളിൽ പെരട്ടിയെടുത്ത് കച്ചവടം നടത്തുന്നവരുമായിരുന്നു. വേണമെങ്കിൽ ചേന്നാട്ടു ചോകന്മാ രെന്നൊക്കെ ഉടനീളം പറയാമെങ്കിലും അവരുടെ വാലുമുറിച്ചേ ഞങ്ങൾ പറയൂ. കാരണം പുരോഗമനവാദികളെന്ന് പേരുകിട്ടാൻ മത്സരിക്കുന്നവ രായിരുന്നു, നാട്ടിലെ പരിഷ്കാരികളായ ഞങ്ങൾ ചെറുപ്പക്കാർ.

പോത്ത്, കോഴി, താറാവ്, ചെമ്മീൻ, കണവ, അയില, നത്തോലി, കക്ക എന്നൊക്കെ അവരുടെ ചായ്പ്പുകടയിലെ പഴകിയ ഭിത്തിയിലുള്ള കറുത്ത പ്രതലത്തിൽ ചോക്കുകൊണ്ട് ആരൊക്കെയോ എഴുതിവച്ചിട്ടു ള്ളത് വായിക്കുമ്പോൾത്തന്നെ അതിന്റെയൊക്കെ രുചിഭേദങ്ങൾ ഞങ്ങ ളുടെ തലച്ചോറിനുള്ളിലൂടെ മൂളിപ്പാട്ടും പാടിയൊഴുകും.

പ്ലാവിൻതടിയിൽ തീർത്ത, പഴക്കത്താൽ അവിടവിടെ ദ്രവിച്ചുതുട ങ്ങിയ കള്ളു മേശയിലും, അവരവരുടെ തുടകളിലും താളമിട്ട് ഞങ്ങൾ പാടിയിട്ടുള്ള ഇല്ലി മുളങ്കാടുകൾക്കും, ബലികുടീരങ്ങൾക്കും ഒരു കൈയും കണക്കുമില്ല.

ചീത്ത വർത്തമാനങ്ങളും നാടൻ തെറികളും, ചെയ്തിട്ടുള്ള അല്ലറ ചില്ലറ കന്നത്തരങ്ങളും കറിക്കച്ചവടക്കാരൻ കറിയാച്ചേട്ടൻ ഇടയ്ക്കി ടയ്ക്ക് മനസ്സീന്ന് പെറുക്കിയെടുത്ത് കറിക്കൊപ്പം വിളമ്പും.

എന്തോ ഏതോ എങ്ങനെയോ എന്റെ മനസ്സിനൊരാലസ്യം എന്ന് ജോയിക്കുട്ടി പാടുമ്പോൾ, പള്ളിക്കലെ കുഞ്ചാക്കോ തലവഴി തോർത്ത്

പുതച്ച് ഉടൻ ഒരു പെൺമുഖം സങ്കല്പിച്ച് അതിനുചേരുന്ന ഒരുടലായി മാറി കഴുത്ത് അങ്ങോട്ടുമിങ്ങോട്ടും വെട്ടിച്ച് പെട്ടെന്ന് പൊട്ടിച്ചിരിക്കുകയും ചൂളമടിക്കുകയും ചെയ്യും.

തലയ്ക്കുമീതെ ശൂന്യാകാശം എന്ന് പാടി അഭിനയിക്കുന്ന ഇല്ലങ്കരീലെ ശിവന്റെ മുഖമോർത്ത് വീട്ടിൽ ചെന്നിരുന്നും ഞങ്ങൾ കരയും. ഉം അതൊരു പഴയകാലം എന്നൊന്നും പറയാമ്പറ്റില്ല. ചേന്നാട്ടുകാരുടെ ഇളംതലമുറക്കാർക്കും ഇപ്പോഴും ഈ പരിപാടിയൊക്കെയുണ്ട്. വന്നു വന്നിപ്പോൾ താവഴിയിലെ പെണ്ണുങ്ങളാണ് കച്ചവടം നടത്തുന്നത് എന്നു മാത്രം. പഴയ പ്രതാപോന്നും ഇല്ലെന്നും പറയാമ്പറ്റൂല്ല. അപ്പനപ്പൂപ്പന്മാരിൽ നിന്ന് താഴോട്ടു വന്ന് ഇങ്ങ്, ഈ തലമുറയിൽ വരുന്ന സാക്ഷാൽ കുമരുവിന്റെ മകൾ ചീരയിൽ എത്തിനില്ക്കുന്നു കച്ചവടക്കാരി എന്ന സ്ഥാനം. ചീരയ്ക്ക് വയസ്സ് മുപ്പതേ ആയിട്ടുള്ളൂ. വിവാഹിതയും പ്രാരാബ്ദ്ധക്കാരിയുമാണ്. എങ്കിലും നാട്ടിലെ തലമുതിർന്നോർക്കും കക്ഷി രാഷ്ട്രീയ ഭേദമന്യേയുള്ള യുവാക്കൾക്കും ചീര ചീരേച്ചിയാണ്.

കുമാരു പനങ്കള്ളു ചെത്തലും കറിവില്പനയുമായി തകർത്തു നടന്ന്, രാഷ്ട്രീയക്കാരനായി രൂപാന്തരം പ്രാപിക്കുകയും യൂണിയൻ നേതാവായി മരിച്ചുപോകുകയും ചെയ്തപ്പോഴേക്കുമാണ് ചീരേച്ചി രംഗപ്രവേശം ചെയ്തത്.

പാറശ്ശേരിയിലെ രത്നാകരൻ പറഞ്ഞു.

"തേക്കിന്തടീടെ നെറാ നമ്മുടെ ചീരേച്ചിക്ക്."

മറ്റുള്ളവർ ഒറ്റക്കെട്ടായി പറഞ്ഞു.

"ഏയ് അങ്ങനല്ല ചീരേച്ചിക്ക് തേൻ നെറാ." എന്തായാലും വെളുമ്പിപ്പെണ്ണുങ്ങളേക്കാൾ കേമിയും ചന്തക്കാരീമാണ് ചീരേച്ചി എന്ന് കേട്ട്, നാട്ടിലുള്ള സകലമാന മണ്ണുനിറക്കാരും ഇരുനിറപ്പെണ്ണുങ്ങളും സന്തോഷത്താൽ ഇറുക്കെച്ചിരിക്കും.

കറുപ്പിനേഴഴക് എന്നൊക്കെ പറയുന്നേയുള്ളൂ കാര്യത്തോടടുക്കുമ്പം വെള്ത്തോര് മുന്നില്. കറുത്തോര് പൊറകില്. ചില കറമ്പത്തികൾ സങ്കടപ്പെട്ടു പറഞ്ഞു.

ചീരേച്ചി, ഈ നെറോം ചന്തോന്നും ഓർത്ത് നിരാശപ്പെടാറേയില്ല. എല്ലാരേക്കാൾ കേമിയാണെന്നു തന്നെ ഉറച്ചു ചിന്തിച്ചു.

നടത്തം കണ്ടാലും അങ്ങനെ തന്നെ. കളംകളം കൈലിയുടുത്ത്, മുട്ടറ്റം കൈ ഇറക്കി തയ്ച്ച ചന്ദനനിറ ബ്ലൗസും ഇട്ട്, കറുത്ത വലിയ പൊട്ട് തൊട്ട്, മാറിലൊരു വെള്ള തോർത്തും വളച്ചിട്ട് നെഞ്ച് ചൂളാതെ തന്നെ ചീരേച്ചി നടക്കും.

ഞവണിങ്ങകൾ പമ്മിയിരിക്കുന്ന പാട വരമ്പിലൂടെ, ഇല്ലിക്കൂട്ടങ്ങളുടെ കീഴിൽ മെത്ത പോലെ മണ്ണിൽ കുമിഞ്ഞുകിടന്ന ഇല്ലിയിലകൾക്കു മുകളിലൂടെ, മുറം കൊണ്ടു മൂടാൻ മാത്രം ചെറിയ വാവട്ടമുള്ള കിണറ്റിങ്കരയിലൂടെ, പാമ്പിൻ പടങ്ങൾ ഉറയൂരി വീണു കിടന്ന വേലിപ്പടർപ്പുകൾക്കിടയിലെ തൊണ്ടിലൂടെ, കാവിനു ചുറ്റുമുള്ള കൽക്കെട്ടിലൂടെ,

പാണനിലകൾക്കിടയിലെ പഴങ്ങൾക്കരികിലൂടെ..... അങ്ങനെ നടക്കും.

അങ്ങനെയാണ് ചീരേച്ചി ഞങ്ങക്കൊക്കെ സൊന്തക്കാരിയായത്.

ചീരേച്ചിയുടെ കട സ്ഥിതിചെയ്യുന്ന ഷാപ്പുമുക്കിന് ലഹരിമൂത്ത് മറിഞ്ഞുകിടക്കുന്ന ഒരു മദോന്മത്തന്റെ ഭാവമായിരുന്നു.

ഇരുമ്പു ചട്ടിയിൽ മൂപ്പിച്ചെടുക്കുന്ന മസാലക്കൂട്ടുകളുടെ ഗന്ധമേല്ക്കാൻ ഷാപ്പുമുക്കിലേക്ക് പ്രാണികളെപ്പോലെ ഞങ്ങൾ പറന്നടുക്കും. അവിടെമാകെ ചുറ്റിപ്പറ്റി ഇരുന്നും നടന്നും മണത്തും ബീഡിവലിച്ചും മുറുക്കിത്തുപ്പിയും അല്പസൊല്പം അശ്ലീലം പറഞ്ഞും ഞങ്ങൾ ആണത്തത്തോടെ ജീവിച്ചു. ചീരേച്ചി അസ്സൽ പെണ്മയെത്തന്നെ അന്തസ്സോടെ വാരിച്ചുറ്റിയുടുത്ത്, നോക്കിലും വാക്കിലും ചിന്തയിലും ധീരയായി നിന്ന് കച്ചവടം തകൃതിയായി നടത്തും.

കുമാരു മരിക്കുന്നതുവരെ ചീരേച്ചി യൂണിയൻ കാര്യങ്ങളിലും ഇടപെട്ടിരുന്നു. അന്നൊക്കെ ഫണ്ടു പിരിവിന്റെയും രസീതെഴുത്തിന്റെയും ചൊൽക്കാഴ്ചകൾ ചീരേച്ചിയുടെ നനുത്ത വിരലുകൾക്കുള്ളിലൂടെ ചടപടാന്ന് ചുവടുകൾ വെച്ചു.

ചന്തേലിൽ സോമൻ ചീരേച്ചിയെ കല്യാണം കഴിക്കുകയും ചീരേച്ചി ഗർഭിണിയാകുകയും ചെയ്തോടെ സ്ഥിതിഗതികൾ അങ്ങനെ തന്നെ തുടർന്നു. നാട്ടിലെ പുരാതനമായ കുടുംബമാണ് ചന്തേലിക്കാരുടേത്. അവിടത്തെ ചന്തേലി കൃഷ്ണൻകുട്ടി നായരുടെ ഇളയ സന്തതി സോമനുമായുള്ള ചെത്തുകാരൻ കുമാരുവിന്റെ മകൾ ചീരയുടെ പ്രണയമറിഞ്ഞ് ഞങ്ങൾ കുളിരുകോരിയതും തരളിതരായതും നാട്ടിലെ പുഴയ്ക്കും പൂത്തുലഞ്ഞുനിന്ന കാപ്പിച്ചെടിക്കാടുകൾക്കും കണ്ണുകൾ വിടർത്തി ഒഴുകിനൊപ്പം പോയ മീനുകൾക്കും വരെ അറിയാമെന്നാണ് ഞങ്ങൾ വിലയിരുത്തിയിട്ടുള്ളത്. പോരെ പൂരം. ചന്തേലിക്കാർക്ക് ഹാലിളകുവാൻ പിന്നൊന്നും വേണ്ടായിരുന്നു.

“ചേന്നാട്ടുകാരെ ഞാൻ കെട്ടുകെട്ടിക്കും.” ചന്തേലി കൃഷ്ണൻകുട്ടി നായർ അലറി പറഞ്ഞു. അതും പോരാഞ്ഞ് ചേന്നാട്ടുകാരുടെ മരിച്ചുപോയ കാർന്നോമ്മാരെപ്പോലും വെറുതെ വിടാതെ തെറികൾ കൊണ്ട് കെട്ടിയുണ്ടാക്കിയ മായാമാല ചാർത്തി ആവേശം കാട്ടി.

അന്നേവരെ കേട്ടിട്ടില്ലാത്ത ചില വാക്കുകളൊക്കെ ഞങ്ങൾക്കും കിട്ടി.

എന്തരവള്, കഴുവർട മോള്.....

ഞങ്ങളാ വാക്കുകളൊക്കെ ഉരുക്കഴിച്ച് മുറുക്കിത്തുപ്പുകേം, പുതിയ കുറച്ചു വാക്കുകളൊക്കെ ആലോചിക്കുകേം ചെലതൊക്കെ ആരോടന്നില്ലാതെ പറയുകേം ചെയ്തു. ചീരേച്ചി ചിരിച്ചുമറിഞ്ഞ് അതിനെയൊക്കെ നിസ്സാരവല്ക്കരിച്ചത് ഞങ്ങൾക്കിഷ്ടമായി. പിന്നേം ദേ പൂരമെന്ന് ഒരു പന്തിയിലും ചേരാത്തവർ അങ്കവാലില്ലാതെ ഹാലിളക്കിയിട്ടും ചീരേച്ചിയുടെ കടയൊക്കെ ഓരോ ദെവസോം വളർന്നുവന്നതും ഞങ്ങൾ കണ്ടു

ഒന്ന്, രണ്ട്, മൂന്ന് എന്ന് വെള്ള ചോക്കു കൊണ്ടെഴുതിയ നിരപ്പല

കകളുടെ സ്ഥാനത്ത് ഉരസി വീറു കാട്ടി തുറക്കുകയും അടയ്ക്കുകേം ചെയ്യുന്ന ഇരുമ്പ് ഷട്ടറിന്റെ ശബ്ദം ഞങ്ങൾക്ക് സംഗീതമായി.

പലതരം നിറക്കൂട്ടുകളാൽ ചന്തം ചാർത്തിയ ഇറച്ചിയുലർത്തുകളും സുന്ദരാകൃതിക്കാരായ മീനുടലുകളും പാത്രങ്ങളിലിരുന്ന് ഞങ്ങളെ മോഹിപ്പിച്ചു.

ചന്തേലി സോമൻ മുതലാളിയായി നീളൻ കാലുകളിലുള്ള പൊക്കകസേരയിൽ ഇരുന്ന് കാറ്റുകൊണ്ട് ചൂയിംഗം ചവച്ചു. ചീരേച്ചി യുമായി പ്രേമകാലത്ത് പാടി നടന്നെങ്കിലും മറന്നു തുടങ്ങിയ പഴയ ചില ഹിന്ദി പാട്ടുകൾ ചുണ്ടിൽ കൊളുത്തി അയാൾ രസിച്ചു.

പിന്നെയങ്ങോട്ട് ചീരേച്ചിക്കു സംഭവിച്ച ജീവിതമാണ് ഞങ്ങളെ ഒന്നാകെ അമ്പരപ്പിച്ചു കളഞ്ഞത്.

പെട്ടെന്നൊരു ദിവസമാണ് അയാൾ വന്നത്. മീനത്തുങ്കലെ മാത്തു ക്കുട്ടി മാപ്പിള. ഒരാജ്ഞാത വാസത്തിനുശേഷമാണ് നാട്ടിൽ പ്രത്യ ക്ഷപ്പെട്ടിരിക്കുന്നത്. ഏതോ കേസിൽപ്പെട്ട് ഒളിജീവിതം കഴിഞ്ഞ് വന്നി രിക്കുകയാണിപ്പോൾ. ഉപ്പേരിയാണ് വറുത്തെടുക്കുന്നതെങ്കിലും അവ ശേഷിക്കുന്ന തിളച്ച എണ്ണ വീണാൽ പൊള്ളുമല്ലോ. ആ തിളയെണ്ണ യായിരുന്നു മാത്തുക്കുട്ടി ഞങ്ങൾക്ക്. അല്ലറ ചില്ലറ നല്ല കാര്യങ്ങളൊക്കെ നാട്ടുകാർക്കു ചെയ്തു കൊടുത്ത് ഇടയിലൂടെ കലാപത്തിന്റെ ചൂടെണ്ണ വീഴ്ത്തുകയാണ് അയാളുടെ പ്രധാന ജോലി.

അയാൾക്ക് ചീരേച്ചിയുടെ കട വേണം പോലും. ചുമ്മാതൊന്നുമല്ല. വില തരാന്ന് മാത്തുക്കുട്ടി ഞങ്ങളോട് ഓരോരുത്തരോടും മാറിമാറി പറഞ്ഞു. അയ്യാക്ക് പൂത്ത ചക്രോണ്ട് എന്ന സത്യം അംഗീകരിച്ചു കൊണ്ടുതന്നെ ഞങ്ങളയാളെ പിന്തിരിപ്പിക്കാൻ ശ്രമിച്ചു

“വല്യ ചത്യായിപ്പോയി.” രത്നാകരൻ കരച്ചിലിന്റെ വക്കോളമെത്തി പറഞ്ഞു. മാത്തുക്കുട്ടി അയാളുടെ കച്ചോട തന്ത്രം പുറത്തെടുത്താലോ എന്ന് ഞങ്ങൾ കൂട്ടചിന്തയിൽ മുഴുകി.

എന്നിട്ടും അതൊക്കെ സംഭവിച്ചു. മാത്തുക്കുട്ടി ചന്തേലി സോമ നോടൊത്ത് മദ്യപിച്ചു. ചീട്ടുകളിച്ചു. ചീരേച്ചിയെ നോക്കി നോക്കി പേടി പ്പിച്ചു.

എന്നാ പറയാനാ – ചീരേച്ചിയുടെ കടയുടെ പരിസരത്ത് വന്ന് കൊക്കുനിറച്ച് ഭക്ഷണം കൊത്തിത്തിന്നാറുള്ള ചില കാക്കകൾ തല ചെരിച്ച് സങ്കടപ്പെട്ടു.

വിനാശകാലേ വിപരീത ബുദ്ധീന്നും പറഞ്ഞ് ഒരു കാക്ക പറന്നു പോയി.

മറ്റു കാക്കകൾ പകുതി തുറന്നുകിടന്ന ജനൽപ്പാളിയിൽ വന്നിരുന്ന് അകത്തേക്ക് നോക്കി.

ചീരേച്ചി കുറച്ചു ദിവസങ്ങളായി മൗനം കൂട്ടിക്കൂട്ടി വയ്ക്കുന്നത് കണ്ട് ഞങ്ങൾ നിരാശരായി. ചീരേച്ചി ഇനി എന്തു ചെയ്യുമെന്ന് ഞങ്ങൾക്ക് ഒരന്തോം കിട്ടീല്ല.

എങ്കിലും ഒടുവിലാണ് ഞങ്ങൾ ചീരേച്ചിയിൽനിന്ന് പ്രതീക്ഷിച്ചത് തന്നെ നടന്നത്.

ഒരുദിവസം മീനത്തുങ്കലെ മാത്തുക്കുട്ടിയുടെ കുറ്റിരോമക്കവിളിൽ ചീരേച്ചി പരസ്യമായി ഒന്നു തലോടി. പിന്നെ ആയുസ്സു മുഴുവനായി സ്വരൂപിച്ചെടുത്ത ശക്തി മുഴുവൻ അയാളുടെ ഇരുകവിളുകളിലുമായി പ്രയോഗിച്ചു. പുറത്ത്, ഞങ്ങൾ നോക്കിനില്ക്കെ മാത്തുക്കുട്ടി ഇടവഴികൾ താണ്ടി എവിടെയോ മറഞ്ഞു. സോമനും മാത്തുക്കുട്ടിക്കും പിന്നാലെ ഓടിയെങ്കിലും ചെമ്പരത്തിക്കാടുകളുടെ പൂക്കലിൽ നിർവൃതികൊണ്ട് അവിടമാകെ ഒളിച്ചും പതുങ്ങിയും ചീരേച്ചിയെ നിരീക്ഷണം നടത്തിക്കൊണ്ടേയിരുന്നു. പിന്നെ പിന്നെ കടയ്ക്കുള്ളിലെ പൊക്ക കസേരയിൽ ഇരുന്ന് മൂളിപ്പാട്ടു പാടി പ്രണയം ചവച്ചു. അങ്ങനെയാണ് ചേന്നാട്ടുകാരുടെ അപ്പനപ്പൂപ്പൻമാരുടെ കാലം മുതല്ക്കേ തുടങ്ങിയതൊക്കെ ഞങ്ങൾക്ക് ചീരേച്ചി വഴി തിരിച്ചുകിട്ടിയത്.

ചന്തേലി സോമനും ചീരേച്ചിയും പിന്നെയും പിന്നെയും പ്രണയച്ചെടി നട്ടും നനച്ചും, പൂക്കളിറുത്തും കൊരുത്തും, നടക്കുന്നത് കണ്ട് ഞങ്ങളിങ്ങനെ പുതിയ കഥകളും കാത്ത്....ഷാപ്പുമുക്ക് ഇപ്പോൾ ഒരു സാമർത്ഥ്യക്കാരി പെണ്ണിനെപ്പോലെ. ചന്തമുള്ള ഒരു പെണ്ണിനെപ്പോലെ.

സർഗ്ഗാത്മകമായി കൊല്ലാത്തതെന്തുകൊണ്ട്?

ഓരോ കാഴ്ചയിലും ഈ രഘുനാഥനെക്കൊണ്ടു ഞാൻ തോറ്റു എന്ന് എന്നെക്കൊണ്ട് ചിന്തിപ്പിച്ചുകൊണ്ടേയിരിക്കുകയാണ് രഘുനാഥൻ.

രണ്ടുവർഷംമുമ്പ് എനിക്കുമുന്നിൽ ഒരു പരാതിയുമായെത്തിയതായിരുന്നു അസ്സൽ നാടകക്കാരനായ അയാൾ. ജീവിത പ്രാരാബ്ധങ്ങളുമായി ബന്ധപ്പെട്ട പരാതികൾ ഓർമ്മകളുടെ ഓരോരോ കളങ്ങളിലാക്കി അയാൾ എനിക്കു മുമ്പിൽ തുറന്നു വച്ചു.

"എനിക്ക് എങ്ങും ഒരു പിടിപാടുമില്ല. സഹായിക്കണം" – അപേക്ഷയെങ്കിലും ഒട്ടും ഗൗരവംചോരാതെ ഒരു നാടകക്കാരന്റെ സ്റ്റൈലിൽ തന്നെയാണ് രഘുനാഥൻ സംസാരിച്ചത്.

ഞാനയാളെ സസൂക്ഷ്മമായി കാണുകയോ കേൾക്കുകയോ ചെയ്യുകയായിരുന്നില്ല. അപ്പോൾ നല്ല ഒരു കഥാപാത്രം മാത്രമായിരുന്നു എനിക്കയാൾ. ഇയാളെക്കുറിച്ച് ഒരു കഥയെഴുതണം എനിക്ക് – ഞാനന്ന് അങ്ങനെ തീരുമാനിച്ചിരുന്നു.

രഘുനാഥന്റെ മനസ്സ് നഗ്നമാക്കി, അയാൾ ശരീരത്തിൽ കുടിയിരുത്തിയിരിക്കുന്ന കഥാപാത്ര ശിലകളെയൊക്കെ മറ്റിടങ്ങളിൽ പ്രതിഷ്ഠിച്ച് തനി രഘുനാഥനെക്കുറിച്ച് കഥ എഴുതണം എഴുതണമെന്ന് ഞാനെന്നും വിചാരിക്കും. പക്ഷേ, പേനയടപ്പ് തുറന്നും അടച്ചും പരാജയപ്പെട്ട് പിൻവാങ്ങിയതല്ലാതെ കഥയെഴുത്ത് നടന്നതേയില്ല. അങ്ങനെയാണ് രഘുനാഥനെക്കൊണ്ട് തോറ്റുതോറ്റു തൊപ്പിയിട്ടുകൊണ്ടേയിരുന്നത്.

അത്രയെളുപ്പമൊന്നുമല്ലല്ലോ ഈ കഥയെഴുതുന്ന പ്രക്രിയ. ആർത്തലച്ച് കുത്തിയൊഴുകിവരുന്ന ഒരു പുഴയോട് എതിരിട്ട് നീന്തുന്നതിന്റെ വൈഷമ്യമോർത്ത്, വെള്ളത്തിൽ കാലുതൊടാനുള്ള മടിയു

ണ്ടല്ലോ. അതുതന്നെയാണ് കഥയെഴുതാനിരിക്കുമ്പോൾ ഉള്ള അവസ്ഥയും. ഈയൊരു മടിയുടെ മുൾവേലിക്കകത്ത് ഞാനും രഘുനാഥൻ എന്ന കഥാപാത്രവും ഒരെത്തും പിടിയുമില്ലാതെ കുറെനാൾ അലഞ്ഞു നടന്നു.

രാത്രി സ്വപ്നങ്ങളിൽ രഘുനാഥൻ ആരൊക്കെയോ ആയി എന്നോട് ചേർന്നു നിന്നു.

പലപ്പോഴും മാനായും മയിലായും രസിപ്പിച്ച്, ഒരു മായാരഘുനാഥൻ എന്ന് പുരാണത്തിലെ രീതിയിൽ അയാൾ എന്നിൽ അടയാളപ്പെട്ടു കിടക്കുകയായിരുന്നു. പിന്നെയും ഒരുദിവസം രഘുനാഥൻ എന്റെ മുറിയിൽ വന്നു. തോൾ സഞ്ചി വളരെ ആയാസപ്പെട്ട് മുറിയുടെ മൂലയിലേക്ക് ഒതുക്കിവച്ച്, ചുണ്ടിൻ കോണിൽ രൂപപ്പെട്ട ചുവന്ന കറയുള്ള മുറുക്കിക്കൂട്ടിയ ദ്രാവകത്തിന്റെ തുള്ളി വലതു തള്ളവിരലാൽ ഒപ്പിയെടുത്ത് അനുവാദം ചോദിക്കാതെ രഘുനാഥൻ കസേരയിൽ ഇരുന്നു. ഈ ഇരിപ്പിൽ എനിക്കിത്തിരി അറപ്പും ഈർഷ്യയുമൊക്കെ തോന്നിയെങ്കിലും ഒരു മയപ്പെടൽ സ്വയമുണ്ടാക്കി ഞാൻ ചോദിച്ചു.

"എന്തുപറ്റി?"

രഘുനാഥൻ മറുപടിയൊന്നും പറഞ്ഞില്ല. എങ്കിലും അയാളിലെ വൃദ്ധത്വം കുടഞ്ഞുകളയുന്നതുപോലെ ഒന്നു നിവർന്നിരുന്ന് ചിരിച്ചു. മുറിയിലാകെ കനച്ച നല്ലെണ്ണയുടെ മണം പരന്നു.

"എത്രയോ വർഷങ്ങൾക്കുമുന്നേ ഞാനയാളെ ചുമതലപ്പെടുത്തീതാണന്നറിയാമോ?" രഘുനാഥൻ എന്നോടു ചോദിച്ചു.

"എന്ത്?" ഞാനതല്ലാതെ എന്ത് ചോദ്യം ചോദിക്കാനാണ് രഘുനാഥനോട്.

"കൊല്ലാമെന്നുറപ്പ് തന്നതാണയാൾ." രഘുനാഥൻ പറഞ്ഞു.

രഘുനാഥന്റെ കണ്ണുകളിൽ വല്ലാത്ത ഒരു തിരയിളക്കം –

"ആരെ കൊല്ലാമെന്നാണ്?"

ഭയത്തോടെ ഞാൻ ചോദിച്ചു.

"പേടിക്കണ്ട. എന്നെത്തന്നെ." രഘുനാഥന്റെ മറുപടി അങ്ങനെയായിരിക്കുമെന്ന് അയാളുടെ ചുണ്ടുകളുടെ ചലനത്തിൽനിന്ന് ഞാനൂഹിച്ചെടുത്തു

അതെ, അങ്ങനെ തന്നെ. അയാൾ മരണത്തെ പൊതിഞ്ഞു പതം വരുത്തി അവിടമാകെ ഉരുട്ടിക്കളിക്കുകയാണെന്ന് എനിക്കുതോന്നി.

ഞാനയാളെ അടിമുടി നോക്കി. നാടകം കളിച്ചുകളിച്ച് ഇന് ഭ്രാന്ത് പിടിച്ചോ ഇയാൾക്ക്.

ഇല്ല – കണ്ണുകളിലെ അചഞ്ചല ഭാവം ആ തോന്നലിൽനിന്നും എന്നെ പിന്തിരിപ്പിച്ചു.

രഘുനാഥന്റെ മുഖത്ത് അയാൾ അഭിനയിച്ചു ഫലിപ്പിക്കാറുള്ള ഏതൊക്കെയോ ദൈവങ്ങളുടെ ചേതന തിളങ്ങുന്നുണ്ടോ. ഞാനയാളെ സൂക്ഷിച്ചുനോക്കുന്നതുപോലും അയാൾ അറിയുന്നില്ല എന്നെനിക്കു

തോന്നി.

"ഏയ്...." ഞാനയാളെ ചിന്തകളിൽനിന്നും വഴുതി മാറ്റാനായി ഉറക്കെ വിളിച്ചു

രഘുനാഥൻ ഒന്നുഷാറായതുപോലെ ദേഹം നിവർത്തിയിരുന്നു.

"എന്നെ കൊല്ലാനായി അയാൾ എത്രതവണ ശ്രമിച്ചിട്ടുണ്ടെന്ന് നിങ്ങൾക്കറിയാമോ?" രഘുനാഥൻ ചിരിച്ചുകൊണ്ടാണ് ചോദിച്ചത്. എന്റെ മറുപടി അയാൾക്ക് ആവശ്യമില്ലാത്തതുപോലെ സംസാരം തുടർന്നു കൊണ്ടേയിരുന്നു രഘുനാഥൻ.

"ഒരിക്കൽ ഞാൻ നാടകത്തിൽ യേശുക്രിസ്തുവായി കുരിശിലേറി നിന്നപ്പോൾ ഒരു നീൾമുനയുള്ള ആയുധം ആരും കാണാതെ യേശുവിന്റെ ശിഷ്യൻ എന്ന ഭാവത്തിൽ നീട്ടിയെറിഞ്ഞു."

"അയ്യോ.... നിങ്ങൾ ചരിത്രത്തെ വളച്ചൊടിച്ചാണോ നാടകം രൂപകല്പന ചെയ്തത് –" ഞാൻ സന്ദേഹത്തോടെ ചോദിച്ചു. രഘുനാഥൻ അയാളെ ആരോ കൊല ചെയ്യാനൊരുങ്ങിയത് എങ്ങനെയെന്ന കഥ പറയുകയാണെന്ന സത്യം ഞാൻ മറന്നിരുന്നു. ഞാൻ നാടക ചരിത്രം തേടിപ്പോയത് രഘുനാഥനെ ദേഷ്യം പിടിപ്പിച്ചു.

"നിങ്ങൾ തോക്കിനകത്ത് കയറി വെടിവയ്ക്കാതെ." അയാൾ സമചിത്തത വീണ്ടെടുത്ത് പറഞ്ഞു. "അരങ്ങിൽവെച്ച് കൊല്ലാൻ പറ്റുമെങ്കിൽ നന്നായിരുന്നു എന്നു ഞാൻ ചുമതലപ്പെടുത്തിയിരുന്നല്ലോ അയാളെ. അതാ അയാളെന്റെ യേശുവിനെ തേടി അന്ന് കത്തിയുമായി എത്തിയത്.

പിന്നീടൊരിക്കൽ, അന്നു ഞാനൊരു ബുദ്ധനായിരുന്നു വേദിയിൽ...

അന്നും...... ഓ എനിക്ക് ഭാഗ്യമില്ല മരിക്കാൻ. അല്ലെങ്കിൽ എന്നെപ്പോലെയൊരു സാധുവിനെ കൊല്ലാൻ അയാൾക്കു കഴിയുന്നില്ലല്ലോ. ന്യായമായ പ്രതിഫലം ഞാനയാൾക്ക് എന്നേ നല്കി കഴിഞ്ഞു.

എന്നിട്ടും."

രഘുനാഥനെ വീണ്ടും വീണ്ടും സംസാരിപ്പിക്കുവാൻ പ്രേരിപ്പിക്കുന്ന ഒരദൃശ്യത അയാളെ വലയം വച്ചിരിക്കുന്നതുപോലെ എനിക്കു തോന്നി.

അയാൾ ജനൽപ്പാളികൾക്കുമപ്പുറത്ത് മറഞ്ഞിരുന്ന് ഒളിഞ്ഞു നോക്കിയ വെളിച്ചക്കീറിലേക്ക് നോക്കി നെടുവീർപ്പിട്ടു.

"അണിയറയിലെ അദൃശ്യനായ ഒരു കഥാപാത്രമാണ് എനിക്ക് മരണം. ആ അദൃശ്യതയെ സ്വയം തൊട്ടറിയാതെ, മറ്റൊരാൾ ചാർത്തി തരുന്നതിൽ... ഓ..." രഘുനാഥൻ നെടുവീർപ്പിട്ടു. "അതാ ഞാനയാളെ..." രഘുനാഥന്റെ കണ്ണുകളിലെ അടിത്തട്ടിൽ ഓളങ്ങളിളകി. അയാൾ ഒരു മാന്ത്രികനെപ്പോലെ പുലമ്പിക്കൊണ്ടേയിരുന്നു.

"അയാൾ ഒറ്റക്കുത്തിനു കൊല്ലാനും ഒറ്റവെട്ടിന് ജീവനെ പിളർക്കാനും മിടുക്കനാണെന്നാ എല്ലാവരും പറഞ്ഞത്. അതാ അയാളെത്തന്നെ ഞാനാ കൃത്യത്തിന് നിയോഗിച്ചത്."

പിന്നെ രഘുനാഥൻ മൗനിയായി കുനിഞ്ഞിരുന്നു. കുറെയേറെ

ആകുലതകൾ അട്ടിയട്ടിയായി അയാൾക്കുമേൽ അടുക്കി വച്ചിരിക്കുന്നത് കണ്ണുകൾകൊണ്ട് ഞാൻ എണ്ണി തിട്ടപ്പെടുത്തി.

ശ്ശെ എന്ത് ആകുലതകൾ. എല്ലാ മനുഷ്യർക്കും കാണും കുറച്ചൊക്കെ ദുഃഖങ്ങൾ. അവരൊക്കെ ജീവിക്കുകയല്ലേ. അതൊന്നുമായിരിക്കില്ല കാരണങ്ങൾ. രഹസ്യങ്ങളുടെ കടൽ കടഞ്ഞ് ആർക്കും ഒന്നും കണ്ടെത്താനാവില്ല എന്ന ഫിലോസഫിയിൽ ഞാൻ കുഴഞ്ഞു മറിഞ്ഞു. എനിക്കും രഘുനാഥനുമിടയിൽ ഭയപ്പെടുത്തുന്ന ഏകാന്തത ചുഴിയായി മറിയുന്നതുപോലെ തോന്നി. ഞാൻ അലക്ഷ്യമായി, രഘുനാഥനെ ഓർമ്മകളിലേക്ക് ഒറ്റയ്ക്കുവിട്ട് മേശപ്പുറത്തുകിടന്ന പത്രം നിവർത്തി. പത്രം തുറന്നതും ഒരിക്കൽപ്പോലും നോക്കാനിഷ്ടപ്പെടാതിരുന്ന ചരമകോളങ്ങളാണ്, എനിക്കുമുന്നിൽ തെളിഞ്ഞത്.

പെട്ടെന്നാണ് കണ്ണുകൾ ആ വാർത്തയിൽ തന്നെ ഉടക്കിയത്. പ്രഗത്ഭനും പ്രശസ്തനുമായിരുന്ന കൊലയാളി ശ്രീ..................യെ ആരോ കൊലപ്പെടുത്തിയിരിക്കുന്നു. വ്യക്തികളുടെ ഇഷ്ടത്തിനനുസരിച്ച് സർഗ്ഗാത്മകമായ രീതിയിൽ കൊലചെയ്യുവാൻ വിദഗ്ദ്ധനായിരുന്നു ശ്രീ......

മരണപ്പെട്ടവരുടെ ജീവിതാസക്തിയിൽ ഉറഞ്ഞ നോട്ടങ്ങളെ മറികടന്ന് ഞാൻ രഘുനാഥനുനേർക്കു പത്രത്താൾ നീട്ടി. ആ ചിത്രത്തിൽ തന്നെ ചൂണ്ടുവിരൽ അമർത്തി. എന്തെങ്കിലും ചോദിക്കുന്നതിനുമുമ്പേ രഘുനാഥൻ കസേരയിൽ നിന്നെണീറ്റു. “സാരമില്ല – ഇയാളല്ലെങ്കിൽ വേറൊരാൾ. എങ്കിലും ഞാനത് സാധിച്ചെടുക്കും.” രഘുനാഥൻ തോൾസഞ്ചി ആയാസപ്പെട്ട് ചുമലിൽ തൂക്കി നടക്കാൻ തുടങ്ങിയിരുന്നു.

“ഒന്നു നില്ക്കൂ.

എന്തായിരുന്നു നിങ്ങളുടെ യഥാർത്ഥപ്രശ്നങ്ങൾ?” രഘുനാഥനെ പരിചയപ്പെട്ടതിനുശേഷം ആദ്യമായാണ് ഞാനയാളോട് ഇത്രയും സ്നേഹവായ്പുള്ള ഒരു ചോദ്യം ചോദിച്ചത്. എന്റെ ഉത്തരങ്ങൾക്കൊക്കെ എന്ത് പ്രസക്തി എന്ന മറുചോദ്യംകൊണ്ട് എന്നെ അവഗണിച്ച് അയാൾ വളരെ ധൃതിയിൽത്തന്നെ നടന്നുപോയി. പിടിതരാത്ത ഒരു കഥാപാത്രത്തെപ്പോലെ.

ഉയിർപ്പുകൾ

ഏറെനാളത്തെ കഷ്ടപ്പാടുകൾക്കൊടുവിലാണ് ഞങ്ങളുടെ രണ്ടംഗ ഗവേഷക ഗ്രൂപ്പ് ആ പട്ടിക തയ്യാറാക്കിയത്. ഗ്രൂപ്പ് എന്നുപറഞ്ഞാൽ ഒരു നിഴൽ ഗ്രൂപ്പ് മാത്രം. ഞങ്ങളുടെ ഉദ്ദേശ്യം ഒരു ന്യൂജൻ വിപ്ലവത്തിന്റെ ഭാഗമാകലാണെന്ന് വേണമെങ്കിൽ കരുതാം. ഒറ്റുകാരാൽ ഒറ്റപ്പെട്ടുപോയവരുടേയും കൊലചെയ്യപ്പെട്ടവരുടേയും ഒരു പേരുവിവര പട്ടികയായിരുന്നു അത്.

ജീവനറ്റ കറുത്ത പൂമ്പാറ്റകളുടെ ഉറുമ്പരിച്ച മൃതദേഹങ്ങൾ അടുക്കിവച്ചതുപോലെയുള്ള ആ പേരുകളിൽ ഒന്നാമനായിരുന്നു കണ്ണപ്പൻ. മരിച്ചവരെക്കുറിച്ച് ഞങ്ങൾക്ക് ഏറെ പ്രതീക്ഷയുണ്ടായിരുന്നതിനാൽ കണ്ണപ്പനെ തേടി തന്നെയാണ് ഞങ്ങൾ ഇക്കുറി യാത്ര തിരിച്ചത്. അയാളെക്കുറിച്ചുള്ള ഓർമ്മകൾപോലും മറവിയുടെ ചിതലരിച്ച് ഇല്ലാതായിട്ട് കാലം കുറെ കടന്നുപോയിരുന്നു.

അയാൾ മരിച്ച ഒരാൾ തന്നെയാകുമോ?

അമൽ സന്ദേഹത്തിന്റെ വലയ്ക്കുള്ളിൽ കുരുങ്ങുകയും പുറത്തു വരുകയും ചെയ്തുകൊണ്ടേയിരുന്നു.

എന്തായാലും സംഗതി എക്സ്ക്ലൂസീവ് ആയിരിക്കണം. അമലിന്റെ വാട്സ് അപ്പ് സന്ദേശം അങ്ങനെയായിരുന്നു. ഉപയോഗിച്ചുപയോഗിച്ച് അശ്ലീലത മണക്കുന്ന ചാനൽക്കാരുടെ സ്ഥിരം പ്രയോഗമായ ആ എക്സ്ക്ലൂസീവ് പ്രയോഗം എനിക്കിഷ്ടപ്പെട്ടില്ലെങ്കിലും കുറെ കൈയടയാളങ്ങൾ മറുവാക്കായി പറത്തിവിട്ടു ഞാനവന്.

"നാട്ടുമ്പുറ കാഴ്ചകളിലെ കുഞ്ഞു രഹസ്യവർത്തമാനങ്ങളിലൂടെ നമുക്ക് കണ്ണപ്പനിലേക്ക് ഒരു പാലം പണിയണം."

സന്ദേശം മാത്രം പോരാ എന്നുകണ്ട് അമൽ ഫോണിലും വന്നു

പറഞ്ഞു. പിറ്റേന്നുതന്നെ ഞങ്ങൾ യാത്ര തുടങ്ങി. ഏകാന്തമായി മയങ്ങിക്കിടക്കുന്ന ആകാശത്തിന്റെ അറ്റം തൊട്ടുനിന്ന ഒരു നാട്ടുവഴി തുടങ്ങുന്നിടത്ത് അമൽ വണ്ടിനിർത്തി.

"ഇനി നടക്കണം." അമൽ പറഞ്ഞു. അവൻ നല്ല ഉത്സാഹത്തിലാണ്. കുഞ്ഞു പച്ചപ്പുകളുടെ തുരുത്തുകൾക്കിടയിലൂടെ നീലനിറ കുഞ്ഞുകുളവും മീൻപിടുത്തവുമായി കൊക്കുകളെപ്പോലെ ഏകാഗ്രതയോടെ കുളക്കരയിൽ കുത്തിയിരിക്കുന്ന രണ്ടു വൃദ്ധരും അമലിന്റെ ക്യാമറയിൽ പതിഞ്ഞു കഴിഞ്ഞിരുന്നു.

"നമ്മൾക്കു വയസ്സാകുമ്പോൾ കുത്തിയിരുന്ന് മീൻപിടിക്കാനെന്തു ചെയ്യും?"

അമലിനു സംശയം.

"കുളവും മീനുമൊന്നും അക്കാലത്ത് കാണുമോ എന്നു തന്നെ ഉറപ്പില്ല. അപ്പോഴേക്കും മനുഷ്യരോട് എതിരിട്ടുനില്ക്കുന്ന ഏതെങ്കിലുമൊക്കെ ജീവികൾ ഭൂമിയിൽ അവതരിക്കുകയും നമ്മൾ അതിനെ പിടിക്കുവാൻ ചൂണ്ടയേക്കാളും വലിയ കുരുക്കുള്ള ഒരായുധം കണ്ടുപിടിക്കുകയും ചെയ്യുമായിരിക്കും. അല്ലെങ്കിൽ വൃദ്ധരൊക്കെ ആകുംവരെ നമ്മൾ ജീവിച്ചിരിക്കുമോ എന്നാർക്കറിയാം." അവനെ നിരാശനാക്കി ഞാൻ പറഞ്ഞു.

കണ്ണപ്പനെക്കുറിച്ചറിയാനുള്ള ധൃതിമൂത്ത് ഞങ്ങൾ പാടവരമ്പത്തെ വഴുക്കൽ വകവയ്ക്കാതെ നടന്നു. കുറച്ചകലെ നിന്ന് ഏതോ മത്സര കളിയിലേർപ്പെട്ടിരിക്കുന്നവരുടെ ആരവം. വഴിയിൽ പുല്ലരിഞ്ഞ് തെങ്ങോല കൊണ്ടുണ്ടാക്കിയ പച്ചകൂടയിലാക്കുന്ന ഒരു സ്ത്രീയെ കണ്ടു. പ്രായം തിരിച്ചറിയാനാകാത്തവിധം മുഷിഞ്ഞ തുണിയാൽ തല മൂടിയ ഒരുവൾ. ഞങ്ങളുടെ ഒരൊറ്റ ചോദ്യം പോലും മുഴുവൻ കേൾക്കാതെ തന്നെ അവർ ഉത്സാഹഭരിതമായി സംസാരിച്ചുകൊണ്ടേയിരുന്നു.

ഭാരമുള്ള പുൽക്കൂടുംതാങ്ങി അവർ ഞങ്ങൾക്ക് വഴികാട്ടിയായി നടന്നു.

വെട്ടുകല്ലുകൊണ്ട് പണിത ഒരു വീട്ടിലേക്കാണ് സ്ത്രീ ഞങ്ങളെ കൊണ്ടുപോയത്. ഏറെനേരം കാത്ത് തളർന്നതുപോലെ ഒന്നും മിണ്ടാതെ നില്ക്കുന്ന ഒരു വീട്. അരപ്ലേസിലിരുന്ന് നാലഞ്ചുവയസ്സു തോന്നിക്കുന്ന ഒരാൺകുട്ടി റസ്ക് ചായയിൽ മുക്കി രുചിയോടെ കഴിക്കുന്നു.

"അമ്മ എന്ത്യേടാ" – പുൽക്കൂട താഴെ ഇറക്കി സ്ത്രീ കുട്ടിയോട് ചോദിച്ചു. കുട്ടി റസ്ക് ചവച്ചുകൊണ്ടുതന്നെ മറുപടി പറയുന്നതിന് മുമ്പേ അവർ ചായ്പിലിരുന്ന് തുന്നൽ മെഷീൻ ചവിട്ടുന്ന യുവതിയുടെ അടുത്ത് എത്തിക്കഴിഞ്ഞിരുന്നു.

തയ്യൽക്കാരി, കഴുത്തിൽ ചുറ്റിയ ടേപ്പെടുത്ത് കൈത്തണ്ടയിൽ ചുറ്റി മുഖമുയർത്തി നോക്കിയപ്പോഴേക്കും സ്ത്രീ ഉച്ചത്തിൽ സംസാരിക്കു

വാൻ തുടങ്ങി.

"ഞങ്ങടെ നാട്ടില് കൊറെ കണ്ണപ്പൻമാരൊണ്ട്. അതിലേത് കണ്ണപ്പനാ?"

യുവതി തയ്യൽ മെഷീനിലെ ചവിട്ടുനിർത്തി, ടേപ്പ് വീണ്ടും കഴുത്തിലണിഞ്ഞ്, കത്രികയുടെ കൈപ്പിടികളിൽ വിരലിട്ട് സംശയത്തോടെ ഞങ്ങളെയും സ്ത്രീയേയും മാറി മാറി നോക്കി. റസ്ക് തീറ്റ നിർത്തി, ചെറുക്കൻ അമലിന്റെ ക്യാമറയിൽ പിടുത്തമിട്ടിരുന്നു. "പൊന്നുലളിതേ, നെനക്ക് കണ്ണപ്പനെ പിടികിട്ടാത്തത് കൊറച്ച് കടുപ്പം തന്നെ." സ്ത്രീ നീരസത്തോടെ പറഞ്ഞു.

"അപ്പോൾ തയ്യൽക്കാരീടെ പേര് ലളിത. ഈ ലളിതേടെ ആരാകും കണ്ണപ്പൻ." അമൽ എനിക്കു മാത്രം കേൾക്കാവുന്ന ശബ്ദത്തിൽ എന്റെ ചെവിയിൽ ചോദിച്ചു.

"അത് പിന്നെ ഈ ലളിതേനേ നമ്മക്ക് കുറ്റമ്പറയാമ്പറ്റൂല്ല. ഇവള് ഇങ്ങോട്ട് കെട്ടിക്കേറി വന്നോളല്ലേ. അതാ പിള്ളാരേ ഇവക്ക് കണ്ണപ്പനെ അറിഞ്ഞു കൂടാത്തെ." സ്ത്രീ അപ്പോഴേക്കും ചവിട്ടുപടിയിൽ ഇരുന്ന് സംസാരം തുടർന്നു.

"ഇവക്കടെ കെട്ടിയോനാ ശശി – ആ ശശീടെ അച്ഛനാ ദേ അകത്ത് കെടന്ന് ചൊമയ്ക്കണമനുഷേൻ – പേര് കുമാരു."

ലളിത ഇതിനോടകം ടേപ്പും കത്രികയും മെഷീന് പുറത്തുവച്ച് അകത്തേക്ക് വലിഞ്ഞു. പിന്നാലെ ചെറുക്കനും.

"ഈ സ്ത്രീ എവിടുന്നേലും ഒരു കണ്ണപ്പനെ നമുക്ക് പിടിച്ചോണ്ടു തരും." അമൽ തമാശ പറഞ്ഞ് എന്നെ നോക്കി ചിരിച്ചു. ഞങ്ങൾ വീടിനകത്തേക്ക് ചെവിയോർത്തു. അകത്ത് ലളിതയും കുമാരൂം കൂടി വഴക്കടിക്കുകയാണെന്ന് മനസ്സിലായി.

കുമാരുവിന്റെ നാവിൽനിന്നും നല്ലൊന്നാന്തരം പച്ചത്തെറികൾ മൂത്രച്ചൂരിൽ പൊതിഞ്ഞ് വരാന്തയിലേക്ക് തെറിച്ചുവരുന്നു. ലളിതയും എന്തൊക്കെയോ ഉച്ചത്തിൽ പറയുകയും പ്രാകുകയും ചെയ്യുന്നുണ്ട്.

എന്തായിരിക്കും കുമാരുവിന് ഇഷ്ടപ്പെടാതെ, ലളിതയിൽ നിന്നുമുണ്ടായത് എന്നുതന്നെയായിരിക്കും എന്നെപ്പോലെ തന്നെ അമലും ചിന്തിക്കുന്നത് എന്ന് അവന്റെ മുഖത്തെ ഭാവത്തിൽനിന്ന് എനിക്കുതോന്നി. ഓർമ്മകൾക്കുപോലും മരിച്ചവരുടെ മണമുള്ള ഈ വീടും വീട്ടുകാരും നടുവേ കീറിയ ജീവിതത്തിലൂടെ എന്നപോലെ ഓടിയോടിപ്പോകുന്ന ആ തുന്നൽ സൂചിയും ലളിത മടുത്തു തുടങ്ങിക്കാണും. കുമാരു കിടക്കുന്ന മുറിയും ഉടുതുണി വലിച്ചെറിഞ്ഞ് തണുത്തുറഞ്ഞു ചുരുണ്ട നഗ്നതയുമായി കിടക്കുന്ന കുമാരുവിന്റെ വൃദ്ധരൂപ കാഴ്ചയും അവളെ ചൊടിപ്പിക്കുന്നുണ്ടാകും. അതും തീർച്ച. എന്തെല്ലാമോ ബദ്ധപ്പാടുകളുടെ ചക്രങ്ങളുരുട്ടിയുരുട്ടി ഒരേ വളയത്തിൽ വീണ്ടും വീണ്ടും കിടന്നുകറങ്ങുന്ന ശശിയെ അവൾ വെറുത്തു തുടങ്ങിയിട്ടുണ്ടാകും.

ശശി പണ്ട് അവൾക്കുമേൽ ഹൃദയത്തിൽതൊട്ട് എറിഞ്ഞു കൊടുത്ത പ്രണയ മുദ്രാവാക്യങ്ങൾ ഇന്നോർക്കുമ്പോൾ അവൾക്ക്

ഓക്കാനം വരുന്നുണ്ടാകും.

എന്തെല്ലാമോ അമ്ലനീറ്റലുള്ള ഓർമ്മകൾക്കുള്ളിൽ ഞാനും അമലും കുറച്ചുനേരത്തേക്ക് സ്തബ്ദ്ധരായിപ്പോയി. ചിന്തിക്കാതെയും മിണ്ടാതെയും ഇരിക്കുന്നതാണ് നല്ലതെന്ന് ഞങ്ങൾ തീരുമാനിക്കുകയും ചെയ്തു. പക്ഷേ, അധികനേരം അങ്ങനെ ഇരിക്കുവാൻ കഴിഞ്ഞില്ല. കുമാരുവിന്റെ നെഞ്ചിൽനിന്ന് ഒരു വരണ്ട ചുമ പടിക്കെട്ടു കയറി ഞങ്ങളുടെ അടുത്തു വന്നുനിന്നു കിതച്ചു. പിന്നെ അതേ ചുമ വഴികാട്ടിയായി വന്ന് ഞങ്ങളെ കുമാരുവിന്റെ അടുത്തെത്തിച്ചു.

വൃദ്ധൻ കണ്ണുകൾ ആയാസപ്പെട്ടു തുറന്ന് നരച്ച നെഞ്ചിൻകൂടിന് മുകളിൽ കൈകൾ പിണച്ചുവച്ചു. കറുത്ത തടിയാൽ തീർത്ത ജനൽപാളിയിൽ ഏതൊക്കെയോ പഴയ തീയതികളും അവയ്ക്കുനേരെ കുറെ വൃത്തങ്ങളും ചോക്കുകൊണ്ട് എഴുതിപിടിപ്പിച്ചിരിക്കുന്നതും നോക്കിയുള്ള കുമാരുവിന്റെ കിടപ്പ് അമൽ ക്യാമറയിലാക്കി.

ചാകാങ്കെടന്നാലും നിങ്ങള് വിടൂല്ലാ എന്ന നോട്ടം ചുറ്റിയ കറുത്തു മുറിഞ്ഞ ഒരു ചിരി കുമാരുവിന്റെ ചുണ്ടിൽ ഒളിഞ്ഞു കിടന്നിരുന്നു. ആ ചിരികഴിയുമ്പോഴേക്കും അയാൾ മരിച്ചുപോകുമോ എന്ന് ഞാൻ ഭയപ്പെട്ടു.

അമലിന്റെ മുഖത്ത് ഞാനന്നേവരെ കണ്ടിട്ടില്ലാത്ത, പരിചയപ്പെട്ടിട്ടില്ലാത്ത ഒരു ഭാവം ആവരണമായി ചുറ്റിക്കിടന്നു. "കൊഴപ്പായോ?" അവൻ ആംഗ്യം കാണിച്ചു.

ലളിത രണ്ടു ഗ്ലാസുകളിലായി കടുപ്പത്തിലുള്ള കട്ടൻചായ പകർന്ന് ഞങ്ങൾക്കു നല്കി. അവൾക്കു മുമ്പിൽത്തന്നെ ആ സ്ത്രീയും നടന്നുവന്നു. അവരുടെ പെരുമാറ്റത്തിൽ താനാണ് ഞങ്ങളെ ആദ്യം കണ്ടതെന്നുള്ള ഒരധീശഭാവം. ലളിത മുറിയുടെ മൂലയിൽ കിടന്ന സ്റ്റൂൾ കുമാരുവിന്റെ കട്ടിലിന്റെ അടുത്തേക്ക് വലിച്ചിട്ടു. പിന്നെ വിസർജ്യമണമുള്ള തുണികൾ കട്ടിലിൽ നിന്ന് വലിച്ചെടുത്ത് മുറിയുടെ മൂലയിലേക്ക് ചുരുട്ടിയെറിഞ്ഞു. അയാളുടെ അരയ്ക്കുചുറ്റും അഴിഞ്ഞുകിടന്ന മുഷിഞ്ഞ തുണി വലിച്ചിട്ട് വൃദ്ധ നഗ്നത മറച്ചുവെച്ചു.

"ഇനി നിങ്ങൾ എന്തുവേണേലും ചോദിച്ചോ. കണ്ണപ്പനെക്കുറിച്ച് എന്നാ വേണേലും മൂപ്പിലാൻ പറഞ്ഞുതരും" സ്ത്രീ വീണ്ടും സാമർത്ഥ്യക്കാരിയായി പറഞ്ഞു.

"ഈ മുറീടെ മൂലേലൊക്കെ ആരൊക്കെയോ വന്നു നിക്കാറൊണ്ടെന്ന് ഇന്നലേംകൂടെ അച്ഛൻ പറഞ്ഞിരുന്നു." ലളിതയ്ക്കും ആവേശം. അക്കൂട്ടത്തിലൊരാൾ വൃദ്ധന്റെ ഓർമ്മകളിൽ നിന്നിറങ്ങി വന്ന കണ്ണപ്പനാണെങ്കിലോ എന്ന അമലിന്റെ പ്രതീക്ഷ എന്റെ കണ്ണുകളിലേക്ക് ഇറങ്ങിവരുന്നതുപോലെ.

"കണ്ണപ്പനെ അറിയുമോ?" അമൽ ഒട്ടും യാന്ത്രികമായല്ലാതെ, മിനുക്കിയ ശബ്ദത്തോടെയും എന്നാൽ അറപ്പോടെയും കുമാരുവിന്റെ തണുത്തവിരലിൽ സ്പർശിച്ചുകൊണ്ട് ചോദിച്ചു. ആ നേരം മയക്കത്തിലെന്ന

വണ്ണം അടഞ്ഞിരുന്ന കണ്ണുകളെ പെരുപ്പിച്ചു വിടർത്തി ഒരു പ്രത്യേക ഊർജ്ജത്തിൽത്തന്നെയാണ് വൃദ്ധൻ മറുപടി പറഞ്ഞത്.

"ഏത് കണ്ണപ്പൻ? ഇവിടാർക്കും അറിയുകേല അങ്ങനൊരാളെ."

പരിഹാസത്തിന്റെ തുള്ളികൾ തെറിപ്പിച്ച ഒരു ചിരി കുമാരുവിന്റെ വരണ്ട ചുണ്ടുകളെ തൊട്ടുനിന്നു. വൃദ്ധന്റെ അടഞ്ഞ ശ്വാസകോശത്തിൽ നിന്ന് ഇരുണ്ട കീറിയ കാറ്റ് പൊട്ടിപ്പുറപ്പെട്ടതുപോലെ അയാൾ കിതച്ചു.

സ്ത്രീ കുറച്ചുനേരത്തേക്ക് സംസാരം നിർത്തിയിരുന്നു. ആ നേരം പുറത്തുവീശിയ കാറ്റിനൊപ്പം മഴയുംകൊണ്ട് ശശിയും അയാളുടെ സൈക്കിളും നനഞ്ഞ് വീടിന്റെ മുറ്റത്തെത്തിയിരുന്നു.

"എന്താ ഇവ്ടെ. എന്താ കാര്യം. ഞാൻ കവലേല് നിന്നപ്പളാ ഇവിടാരൊക്കെയോ വന്നൂന്നറിഞ്ഞെ." ശശി ഉടുത്തിരുന്ന കൈലിത്തുമ്പ് പൊക്കി തല തുടച്ച് അകത്തേക്കു കയറിക്കൊണ്ടു പറഞ്ഞു.

"ഓ നൂസ് ഇത്രേം വേഗം കവലേലെത്തിയോ?"

സ്ത്രീ ഉമ്മറപ്പടിയിൽ നിന്നെണീറ്റ് ലളിതേനെ നോക്കി പറഞ്ഞു.

"അതേ ഇവര് കണ്ണപ്പനേം തപ്പി വന്നതാ" സ്ത്രീ ഞങ്ങളുടെ നേർക്കു നോക്കിക്കൊണ്ട് ശശിയോടു പറഞ്ഞു.

"ഏതു കണ്ണപ്പൻ?" ശശി കുമാരുവിനെ നോക്കിയാണ് ചോദിച്ചത്. കുമാരുവിന്റെ കണ്ണുകൾ അടഞ്ഞുതന്നെ കിടന്നു. എങ്കിലും അയാൾ കുറെയേറെ കണ്ണപ്പന്മാരുടെ ഓർമ്മകൾ എന്തെങ്കിലുമൊക്കെ ഉണങ്ങാൻ മുറത്തിൽ ഇട്ടുവയ്ക്കുന്നതുപോലെ എത്രയും പെട്ടെന്ന് അവിടമാകെ നിരത്താൻ തുടങ്ങുമെന്ന പ്രതീക്ഷ തന്നെയായിരുന്നു ഞങ്ങൾക്ക്.

അമൽ ഒന്നുഷാറായി. അവൻ കുമാരുവിന്റെ അവ്യക്തമെങ്കിലും തീർച്ചകൾ മുറ്റിനില്ക്കുന്ന ശരീരഭാഷയും സംസാരവും ക്യാമറയ്ക്കുള്ളിലാക്കി അടുക്കി വച്ചു. ശശിയും ചെറുക്കനും ലളിതയും പുല്ക്കാരി സ്ത്രീയും പഴകിയ ആ വീടിന്റെ ഇരുൾമൂലകളിൽ എവിടൊക്കെയോ മറഞ്ഞു. മുറിയിൽ ഞങ്ങളും കുമാരുവും പിന്നെ കുറെയേറെ അപരിചിത വാക്കുകളും മാത്രം.

വൃദ്ധൻ എന്തൊക്കെയോ അവ്യക്തമായി പറഞ്ഞ് വിറയ്ക്കുന്നുണ്ടായിരുന്നു. ഇടയ്ക്കിടയ്ക്ക് കണ്ണുകൾ അടച്ച് അയാൾ ധ്യാനനിരതനായി കിടക്കുന്നതായി തോന്നി. ചിലപ്പോൾ ഉണർച്ചയിലേക്ക് വന്ന് മുഖം വലിച്ചു മുറുക്കി. വൃദ്ധന്റെ ഉടുതുണിക്കുമേൽ പരന്ന മൂത്രം ഭൂഖണ്ഡങ്ങളും ഉപഭൂഖണ്ഡങ്ങളും വരച്ചിടുന്നുണ്ടായിരുന്നു.

"ഈ കെളവനിൽനിന്നും നമുക്കൊരു കണ്ണപ്പനേം കിട്ടാൻ പോകുന്നില്ല." അമലിന്റെ നീരസം മുറിയിലാകെ കോട്ടുവായിട്ടു നിന്നു.

ഞങ്ങൾ നിരാശരായി പുറത്തേക്കിറങ്ങി. സ്ത്രീ പുൽക്കൊട്ടയുമേന്തി കയ്യാല ചവിട്ടിക്കയറി വഴിയിലേക്കിറങ്ങി.

ചെറുക്കൻ ഒറ്റയ്ക്ക് ക്രിക്കറ്റു കളിക്കാനുള്ള തയ്യാറെടുപ്പിലാണ്. തെങ്ങിന്റെ മടൽകീറിയെടുത്ത കമ്പുകൾ മണ്ണിൽ കുത്തി നിർത്താനുള്ള ശ്രമം.

കാറ്റും മഴയും രണ്ടായി പിരിഞ്ഞ് എതിർദിശകളിലേക്ക് പിരിഞ്ഞ് സഞ്ചാരമാരംഭിച്ചിരുന്നു. കാറ്റിലൊടിഞ്ഞുവീണ മാവിൻകൊമ്പിലെ നീറുകളുടെ കൂട്ടം പട്ടാളക്കാരെ പോലെ നാലുപാടും ചിതറിയോടി.

ശശി വീണ്ടും കവലയിലേക്ക് പോകാനായി സൈക്കിളുരുട്ടി മുറ്റത്തേക്കിറങ്ങിയിരുന്നു.

"അങ്ങനൊന്നും കണ്ടെത്താമ്പറ്റൂല്ല നിങ്ങക്ക് ഈ കണ്ണപ്പനെ... വേഗം സ്ഥലം വിട്ടോളൂ." ശശി ഗൗരവത്തിൽ ഞങ്ങളെ നോക്കി പറഞ്ഞു. പിന്നെ അയാൾ സൈക്കിളിനൊപ്പം വാശിയിൽ നടന്നുപോയി.

ഞങ്ങൾ മുറ്റത്തേക്കിറങ്ങി നിരാശയോടെ നടക്കുവാൻ തുടങ്ങി.

"അതേയ്..." ലളിതയാണ് ഞങ്ങളെ വിളിക്കുന്നത്.

"നിങ്ങളിരുന്നാൽ ഞാമ്പറയാം എല്ലാം. ആ പോയ തള്ളേം ശശിചേട്ടനുമൊക്കെ നിന്നോണ്ടാ ഞാനൊന്നും പറയാതിരുന്നെ.

അകത്ത് കെടക്കണ ആ മൊരട്ടു തന്തയില്ലേ. അയ്യാക്കറിയാം എല്ലാം. അയാള് പൊട്ടങ്കളിക്കണതാ. മുതുക്കൻ സ്ഥിരം ഒറ്റുകാരനല്ലായിരുന്നോ. കൂടെ നിന്നവരെ മുഴുവൻ ഇയാൾ ചതിച്ചു. എന്നിട്ട് എന്തായി കണ്ടില്ലേ കെടക്കണ കെടപ്പ്. ഇയാൾ കെടന്ന് പുഴുത്തെ ചാവൂ. അത്രയ്ക്ക് ദണ്ണമുണ്ടെനിക്ക് എന്റെ ചേട്ടനെ ഇവരാ ചതിച്ചേ."

"എന്ത്?" ഞാനും അമലും ജിജ്ഞാസപ്പെട്ടു ചോദിച്ചു.

"നിങ്ങള് തെരക്കണ കണ്ണപ്പൻ

എന്റെ ചേട്ടനാ...

മുറീ കെടക്കണ കെഴവനാ ഒറ്റീത്... പൊലീസുകാർക്ക്.

ചേട്ടൻ ജീവനോടെ ഉണ്ടോന്നൊന്നും എനിക്കറിയ്യാം വയ്യ.

കാടിനകത്ത് ഉൾപ്രദേശത്ത് എവിടേലും എന്റെ ചേട്ടൻ കാണും. പാവാര്ന്നു എല്ലാരോടും സ്നേഹാരുന്നു. ജീവനോടെയില്ലെങ്കിലും ഒരംശമെങ്കിലും നിങ്ങൾക്കു കിട്ടും." ലളിത മുഖം പൊത്തി കരയാൻ തുടങ്ങിയിരുന്നു. അകത്തുനിന്ന് കട്ട കഫത്തിൽ പൊതിഞ്ഞ കുറെ പച്ചത്തെറികൾ പുറത്തേക്ക് ചീറി വന്ന് ഞങ്ങൾക്കരികിൽ തെറിച്ചു വീണു ചിതറി.

അപ്പോഴേക്കും അമൽ അടുത്തുള്ള കാട് മൊബൈലിൽ പരതി. ജീവൻ ഇട്ടുവച്ച ഒരു ചതുരപ്പെട്ടിപോലെ മൊബൈൽ സ്പന്ദിച്ചു. അതിന്റെ കെട്ടുപിണഞ്ഞ അദൃശ്യ ഞരമ്പുകൾക്കിടയിൽ കറുകറുത്ത കാടകങ്ങളും രൗദ്ര നിറംപൂണ്ട കുന്നുകളും ചുഴികളിൽ പിണഞ്ഞുകിടന്ന പുഴകളും പ്രപഞ്ചത്തിന്റെ അതിരുതേടി പോകുന്ന പെരുമ്പാമ്പൻ തുരങ്കങ്ങളും ക്ഷമയറ്റ് കാത്തുകിടപ്പുണ്ടായിരുന്നു.

ജി പി എസിന്റെ കടുത്ത നിർദ്ദേശങ്ങൾക്കു പിന്നിലൂടെ ഞങ്ങളുടെ വാഹനം പറന്നു. വഴിയരികിൽ നിഴൽപൊട്ടുപോലെ പുല്ക്കാരി സ്ത്രീ ആകാശത്തിനുമപ്പുറത്തേക്കാണ് നടക്കുന്നതെന്നു തോന്നി. പുല്ക്കൂട് അപ്രത്യക്ഷമായിരുന്നു.

അമൽ പതിവില്ലാത്ത വാശിയോടെ വേഗത കൂട്ടിയായിരുന്നു

ഡ്രൈവ് ചെയ്തിരുന്നത്.

ഒരു സ്വപ്ന ദൃശ്യംപോലെ മുന്നിൽ പെരുങ്കാടകം കണ്ട് ഞാനും അമലും ദിക്ക് അറിയാത്തവരെ പോലെ വിഷമിച്ചു നിന്നു. ഇരുട്ട് മുഷ്ടി ചുരുട്ടി മുദ്രാവാക്യം വിളിക്കുന്നു. വഴിയരികിലാകെ കത്തിക്കരിഞ്ഞ വേരുകൾ. തീ കായുന്ന അരൂപികളായ നിഴലുകൾ. കൊടുങ്കാറ്റിനൊപ്പം വന്ന ഉച്ചസ്ഥായിലുള്ള ഷഡ്കാല ധൃതതാളത്തിനൊപ്പം ചുവടുകൾ വെക്കുന്ന വന വന്യത.

ജി പി എസ് കാണിച്ചുതന്ന ഇടങ്ങളിലേക്കെല്ലാം ഭ്രാന്ത് പാകിയ മനസ്സുമായി ഞങ്ങൾ ഓടി അലഞ്ഞു. ഈ ഉൾവനത്തിൽനിന്നും കണ്ണപ്പന്റെ ചോരപുരണ്ട ഒരോർമ്മ ഞരമ്പെങ്കിലും ഞങ്ങൾക്ക് കണ്ടെടുക്കേണ്ടതുണ്ട്. രക്തസാക്ഷിത്വത്തിന്റെ ഒടുക്കത്തെ അടയാളമായി.

“ഒറ്റുകാരൻ കുമാരുവിനെ ഇന്നീ ക്യാമറയിൽ നമുക്ക് തളയ്ക്കണം.”

അമൽ വീറോടെ പറഞ്ഞു. അവൻ ക്യാമറ നെഞ്ചിൽ ചേർത്തു പിടിച്ചിരുന്നു. മരിച്ചവരെക്കുറിച്ച് തന്നെയാണല്ലോ എല്ലായ്പ്പോഴും നമുക്ക് ഏറെ പ്രതീക്ഷയുള്ളത്. ഞാൻ ചിന്തിച്ചതുപോലെ അമലും ചിന്തിച്ചു കാണും.

നരകവാതിലുകൾ

ഈ സേട്ട് മൊതലാളീനെ ഞങ്ങക്കാർക്കും അറിയാമ്മേലാര്ന്നു. അങ്ങാര് ശരിക്കനും ഒള്ള മൊതലാളിയാണോന്നും ഒരൂഹോം ഇല്ലാര്ന്നു. എന്നാലും സേട്ട് മൊതലാളി ഞങ്ങടെ കോളനിക്കടുത്ത് വാങ്ങിയ ആ പറമ്പ് ഞങ്ങക്കറിയാര്ന്നു.

എന്നുവച്ചാ ആ പറമ്പ് ഫേമസ് അല്ലാര്ന്നോ ഞങ്ങക്ക്. അവടല്ലാര്ന്നോ ഞങ്ങടെ പിള്ളാരൊക്കെ കവളമ്മടല് കുത്തിക്കീറി വച്ച് ക്രിക്കേറ്റ് കളി പഠിച്ചെ. അതീക്കടെ നടന്നല്ലേ ഞങ്ങടെ കോളനീക്കാര് പ്രേമിച്ചോണ്ടിരുന്നെ.

കോളനീലെ ആമ്പ്രന്നോമ്മാരെല്ലാങ്കൂടെ ഈടെയായി ഈ സേട്ട് മൊതലാളീടെ ജാതിയേ കേറിപ്പിടിച്ച് മുങ്ങാങ്കുഴിയിട്ട് നോക്കാറ്ണ്ടട്ടോ. ചെലര് പറഞ്ഞ് സേട്ട് മൊതലാളി മേത്തനാണെന്ന്. സെയ്തുന്നൊള്ള പേര് എല്ലാരും വിളിച്ച് വിളിച്ച് ആളോളുടെ മനസ്സീക്കടെ കെടന്ന് കല്ലു പോലെ ഉരുണ്ടുരുണ്ട് അരികും മൂലേം തേഞ്ഞ് സേട്ടുവായതാന്ന്.

ചെലര് പറയണെ സേതുമാദവൻ തേഞ്ഞ്തേഞ്ഞ് സേട്ടുവായതാന്ന്.

എന്നാ ജാതി ആൾക്കാരാ ഇതെന്നും പറഞ്ഞ് ഞാനും കണ്ണമ്മേങ്കൂടി കൊറെ ചിരിച്ചു.

കണ്ണമ്മയ്ക്കാണെങ്കി ജാതീം മതോന്നും പറയുന്നോരെ കണ്ടു കൂടാര്ന്നു.

സേട്ട് മൊതലാളി ആരായാലും ഈ കൂട്ടങ്ങക്കെന്താന്ന് പറഞ്ഞ് കലിപ്പ് കേറി കണ്ണമ്മ അറിയാതെയാണേലും എന്റെ കിറിക്കിട്ട് കുത്താൻ വന്നു. കോപ്പെന്നോ മറ്റോ ഒരരിശ വാക്കും പറഞ്ഞു. കണ്ണമ്മ അങ്ങനെയാ, എത്ര അരിശം മൂത്താലും വല്യ തെറ്യോന്നും പറയുകേല. കൂടിവന്നാൽ ഒര് കോപ്പ്. തീർന്നു അവക്കടെ കലിപ്പ്.

ഈ സേട്ട് മൊതലാളീടെ പറമ്പെന്ന് പറഞ്ഞാ ഒരൊന്നൊന്നര പറമ്പാ.

ക്രിക്കറ്റും പന്തുവൊക്കെ കളിച്ചോണ്ടിര്ന്ന പിള്ളാരെ ഓടിച്ച് ചീട്ട് കളിക്കാര് താവളോറപ്പിച്ചു. പിന്നെ ആ പറമ്പേല് എല്ലാ മൂലേലും നാട്ട്കാരടെ മൊത്തം വേസ്റ്റും കൊണ്ടിട്ട് പണ്ടാരടങ്ങുവല്ലാർന്നോ.

അലമ്പ് കൂട്ടങ്ങള്. ഓർക്കുമ്പംതന്നെ കണ്ണമ്മേം ഞാനുമൊക്കെ ഓക്കാന്ക്കും.

ഇന്നാളൊര് ദെവസം ഏതോ ആശൂത്രിക്കാര് എന്തൊക്കെയോ കൊണ്ടിട്ടേച്ചും പോയി.

പിന്നെ ഞങ്ങളെല്ലാങ്കൂടി ആ വിർത്തിക്കെട്ടോരെപ്പിടിച്ച് വഴ ക്കൊണ്ടാക്കി.

ആശൂത്രി കവറില് എന്താന്ന് ആർക്കാ അറിയാത്തേന്നും പറഞ്ഞ് കണ്ണമ്മ തലയ്ക്ക് കൈയുങ്കൊട്ത്ത് കൊറെനേരം ഇരുന്നുപോയി. എങ്ങാ ണ്ടന്നൊക്കെ കൊറെ കുഞ്ഞിക്കരച്ചിലുകള് തോടും കടന്ന് തോട്ട് വക്കത്തെ പേരെല് വരെ വന്ന് എത്തി തിരിച്ചുപോകണപോലെ തോന്നീ ന്നൊക്കെ കയ്യാമ്പറത്തെ സരസു പറഞ്ഞപ്പൊ അവ്ടെ കൂട്യ

ആമ്പറന്നോമ്മാർ സരസൂന് വട്ടാന്നും പറഞ്ഞ് ഒറക്കെ ചിരിച്ചുമറി ഞ്ഞു. പിന്നെ അവടൊക്കെ വൃത്തിയാക്കി ചീട്ട് കളിക്കുള്ള വട്ടം കൂട്ടുകേം ചെയ്തു.

ഇതൊക്കെ പറമ്പിന്റെ ഒടേൻ സേട്ട് മൊതലാളി അറിയുന്നി ല്ലന്നോർക്കുമ്പം ഞങ്ങക്ക് കലി കയറും.

അയാക്ക് ഒന്ന് തിരിഞ്ഞ് നോക്കാമ്മേലെ ഇങ്ങോട്ടെന്ന് ആംഗ്യം കാട്ടി അലക്കുകാരി ഓമനേം ഒര് കോപ്പു പറഞ്ഞു. ഒന്നിങ്ങോട്ട് അയ്യാള് കെട്ടിയെട്ത്താരുന്നെങ്കി എല്ലാക്കാര്യോം പറയൂന്ന് ഞങ്ങളെല്ലാങ്കൂടി തീര്മാനിച്ചിട്ടൊണ്ട്.

എന്നാ പറയാനാ. കാത്തിര്ന്ന് മടുത്തൂന്ന് പറഞ്ഞാ മതീല്ല്.

ഇന്നാളെര് ദെവസം സേട്ട് മൊതലാളീന്റെ പടം പത്രത്തിവന്നൂന്ന് ഓമന പറേണ കേട്ടു. ഓമനയോട് അവക്കടെ കെട്ടിയോൻ മുത്തു പറഞ്ഞതാണ്. സംഗതി എന്താന്നോ? ഈ സേട്ട് മൊതലാളി ഒരു പെണ്ണ് കേസില് പെട്ടു.

ഏതോ വരത്തിയാ അവള്.

സംഗതി സത്യാണോന്നൊന്നും അറിയാമ്മേല.

ഇനീപ്പം ഈ സേട്ടു മൊതലാളിയാണോ ആ സേട്ടു മൊതലാളി ന്നൊക്കെ ആര് കണ്ടു. എത്തറ സേട്ട് മൊതലാളിമാര് കാണും ഈ ലോകത്തി. പത്രത്തേല് എന്തൊക്കെ വരും. അങ്ങനെ എല്ലാ കാര്യോം സത്യാല്ലാന്ന് ഞാൻ ഓമനയെ സമാധാനപ്പിക്കേം ചെയ്തു. ഇനീപ്പ സത്യാന്നിരിക്കട്ടെ. സേട്ട് മൊതലാളിക്കെന്താ പെണ്ണ് കേസില് പെടാ മ്മേലെ–

ഞങ്ങക്കെന്താ – അങ്ങാര് ഈ സ്തലം വന്നൊന്നു നോക്കി ഈ

വേസ്റ്റടീല് ഒന്ന് നിർത്തിച്ചാമതി. അത് മാത്രാ ഞങ്ങടെ ചിന്ത. മൊതലാളിയാകമ്പം ഗുണ്ടകളൊക്കെ കാണും കസ്റ്റഡീല്.

ഗുണ്ടകളെ അങ്ങട്ട് എറക്കി വേസ്റ്റിട്ന്നോരെ ഓടിക്കണം.

ആവേശോം തര്പ്പും വന്നട്ട് ഞാൻ എന്റെ വിരല്കൾ സൊയം ഞെരിച്ചു.

ഇന്നാളൊരിക്ക ഓമന പറഞ്ഞ ഒര് കാര്യങ്കേട്ട് എനിക്ക് ദേഷ്യോം സങ്കടോം ഒക്കെ വന്നു.

എന്താന്നല്ലേ – സേട്ട് മൊതലാളീടെ പറമ്പി ഒരു കുഞ്ഞുകരച്ചിൽ കേട്ടൂന്ന്. ഒര് ചാക്ക് കെട്ട് കെടക്കണത് ഞാനും കണ്ടാരുന്നു.

അതിനുള്ളീന്ന് ഒര് കുഞ്ഞാ കരേണതെന്നൊക്കെയാ ഓമന പറേണെ.

അവടെ പൊട്ടപുത്തിക്ക് വെറ്തെ തോന്നീതാവൂന്ന് ഞാൻ തർക്കിച്ചു. എന്തായാലും ഞങ്ങള് രണ്ടാളും കൂടി അവ്ടൊക്കെ കൊറെ തപ്പി. പക്ഷേ, ആ ചാക്ക്കെട്ട് കാണാനില്ലാര്ന്നു. പിന്നെ ഓമനേടെ സംസാരം കുഞ്ഞ്ങ്ങളെ കുറിച്ചായി. ഒര് കുഞ്ഞ് രാത്രീല് സ്വപ്നത്തീക്കടെ വന്ന് അവടേം കെട്ടിയോന്റേം എടയ്ക്ക് കെടന്ന് അവടെ മൊലപ്പാല് കുടിച്ചൂന്ന്.

ഓ അത് പറഞ്ഞപ്പം അവടെ നാണം കാണണാര്ന്നു. മൊഖം പൂപോലെ ചൊമന്നാര്ന്നു. മഞ്ഞളിൽ പുരണ്ട് നിന്ന അവക്കടെ മൊഖം താഴോട്ട് കുനിഞ്ഞ് മൈലാഞ്ചി ചൊവപ്പ് തേച്ച വിരൽ മോതിരത്തിലേക്ക് രണ്ട് തൊള്ളി കണ്ണീര് വീഴണത് ശരിക്കേനും ഞാങ്കണ്ടു. എനിക്കും കരച്ചില് വന്നു. എന്ത് ചെയ്യാനാ – ഓമനക്ക് എല്ലാം ഒണ്ട്. പട്ടണത്തിലെ ആശൂത്രീന്ന് അവക്കടെ കെട്ടിയോൻ മുത്തു കൊണ്ടോരണ പച്ചനെറോള്ള തുണികള് മുഴോൻ അലക്കാനുള്ള ആരോക്യോണ്ട്. തുണി കഴ്കി മടക്കി തേയ്ക്കാനുള്ള തേപ്പുപെട്ടിയൊണ്ട്. ഉന്തുവണ്ടി, പൊറമ്പോക്കില് തകരം കൊണ്ട് മറച്ച കൊച്ചുവീട് – ആക്രി പെറുക്കി നടക്കണ കുഞ്ഞണ്ടിയോട് അഞ്ഞൂറ് രൂപയ്ക്ക് വാങ്ങിയ ഒര് കൊച്ച് ടിവി. എല്ലാം ഒണ്ട്. പറഞ്ഞിട്ടെന്താ അവക്കൊര് പൈതലെ മാത്രം തമ്പരാൻ കൊട്ത്തില്ല. മുത്തും ഓമനേം ജോലിയില്ലാത്തപ്പം സിന്മാകൊട്ടകേ പോയ് പാടോം കണ്ട്, കനകാംബര പൂമാലയും മേടിച്ച്, കടലേം കൊറിച്ച് മുട്ടിയുര്മ്മിവരണ കണ്ടാ നമ്മക്കൊക്കെ തോന്നും ഒരു കുഞ്ഞിക്കാല് കാണാത്തത് അതിശയം തന്നേന്ന്.

എനിക്കാണെങ്കി മൂന്നാണും മൂന്നുപെണ്ണുവാ. ഒന്നിനെ വളർത്താൻ കൊടുക്കോന്ന് ഇന്നാളൊര് ദെവസം ഓമന കളിക്ക് ചോദിച്ചത് പോലെ ചോദിച്ചതാ. അപ്പളെ കൊറെ ദെവസം ഞാനവളോട് പെണങ്ങി നടന്നു. പിന്നെ ഞങ്ങടെ എളേ ചെക്കന് പനികൂടി ചെന്നി വന്നപ്പം അവളാ ഓടിവന്ന് അശൂത്രീകൊണ്ടോയെ. പെണക്കോക്കെ അന്ന് തീർന്നു. പിന്നെ കൊച്ചിനെ ചോതിച്ചേന് ഓമന കൊറെ മാപ്പ് ചോദിച്ചു.

സാരോല്ലടീന്നും പറഞ്ഞ് അവളെ കെട്ടിപ്പിടിച്ച് ഞാങ്കരയേം ചെയ്തു. വേസ്റ്റിനെക്കുറിച്ച് പറഞ്ഞ് പറഞ്ഞ് കാട് കേറീല്ലോ.

ഇതൊക്കെ പറഞ്ഞോണ്ട് നിന്നാ, ഞങ്ങടെ വയറ്റിലേക്കെല്ലോം പോവോ ഇല്ലല്ലോ.

സേട്ട് മൊത്‌ലാളീനെ ഞങ്ങള് മറക്കാന്തൊടങ്ങീ താര്ന്നു.

അന്നേരാണ് ഒരാംബുലൻസ് കൂവിക്കൊണ്ട് മനഷേമ്മാരെ ആകെ പേടിപ്പിച്ച് കോളനീടപ്പ്റത്തെ പറമ്പിന് മുന്നേല് വന്ന് നിന്നെ. സേട്ട് മൊതലാളീടെ പറമ്പിന് മുന്നെ തന്നെയാണല്ലോന്നും പറഞ്ഞ് ഞാനും ഓമനേം കൂടി ഓടടാ ഓട്ടം. ആ പറമ്പില് ഒരു ചത്തശവം കെടക്കണൂന്ന്

അത് സേട്ട് മൊതലാളീടെ ശവാന്ന് മുത്തു എങ്ങാണ്ടന്ന് ഓടിക്കെതച്ച് വന്ന് ഞങ്ങടെ ചെവീ പറഞ്ഞു.

പിന്നൊന്നും എനിക്കും ഓർമ്മേല്ല. ഓമനയ്ക്കൂല്ല – ആർക്കൂല്ല –

ഇപ്പം ആ പറമ്പില് ആൾക്കാര് യുത്തം ചെയ്യുവാ – എപ്പളും.

അങ്ങ് വടക്കുന്നൊള്ള കാക്കാമ്മാരൊക്കെ ഒര് സൈഡില്. വടക്കേപ്രത്തെ ഹിന്ദുക്കള് ഇങ്ങേസൈഡില്.

അങ്ങ് മട്ടാഞ്ചേരിക്കാര് മാപ്പിളാര്മാര് വേറൊരു സൈഡില്. എല്ലാർക്കും സേട്ട് മൊതലാളി സൊന്തക്കാരനാന്നാ പറണേ.

അതോണ്ട് മൊതലാളീടെ ചത്തശവം അവർക്ക് വേണന്ന്.

അതിനെടേല് പാവം ഞങ്ങളിന്നേവരെ കാണാത്ത, എപ്പളോ ഞങ്ങടെ സൊന്തക്കാരനായി തീർന്ന സേട്ടു മൊതലാളീം ചെത്തമണം നെറഞ്ഞ ഈ പറമ്പും പിന്നെ ഞങ്ങളും. നരകത്തീന്നൊള്ള തീക്കാറ്റ് വീശണപോലെ തോന്നീപ്പളേ ഞങ്ങൾ തുണിക്കതകുകൾക്കുള്ളിൽ ചുരുണ്ട് കൂടി മറഞ്ഞുനിന്നു.

ഇത്തറേന്നാളും വേസ്റ്റേ ഉണ്ടാര്ന്നുള്ളൂ.

ഇപ്പം പേടീം കുന്നുക്കുടുന്നെന്നും പറഞ്ഞ് ഓമന അവക്കറിയണ ചീത്ത വാക്കെല്ലാം കൂട്ടിക്കെട്ടി തെറി മാലയൊണ്ടാക്കി വെയർത്തു നിന്നു. എങ്ങാണ്ടൊന്നൊക്കെ പൊലീസുകാരും പാഞ്ഞുപാഞ്ഞ് കോളനീലേക്ക് വര്ണത് കണ്ട് ഞങ്ങളും വേസ്റ്റ് പോലെ കുമിഞ്ഞ് കുമിഞ്ഞ് വീഴാന്തൊടങ്ങീ. ചീത്ത മനുഷേമ്മാര്ടെ ചീത്ത ലോകോന്നും പറഞ്ഞ് കണ്ണമ്മേം ഓമനേം കരഞ്ഞപ്പം ഞാനും കരയാന്തൊടങ്ങി.

“ചില നാടകങ്ങൾ ഇങ്ങനെയാണ്”

നാടകം = ജീവിതം, ജീവിതം = നാടകം, നാടകം = ജീവിതം എന്നു മൂന്നു തവണ വീതം കളം വരച്ച് കിറുകൃത്യമായി തന്നെ കുമ്മായ ഭിത്തിയിൽ ആഗ്നസ് ചിലപ്പോഴൊക്കെ എഴുതികൊണ്ടേയിരിക്കുമെങ്കിലും നാടകം കളിക്കുമ്പോൾ അവളുടെ ചെറുഭ്രാന്ത് അടങ്ങിക്കിടക്കുകയാണ് പതിവ്. നാരങ്ങാട്ടുപള്ളിപ്പെരുന്നാളിന്റെ അന്നത്തെ നാടകം കളിക്കിടെയാണ് ആഗ്നസിന് ചെറിയ ഒരു ഭ്രാന്തുണ്ടോ എന്നു ജോണിച്ചന് ആദ്യമായി തോന്നിത്തുടങ്ങിയത്. അല്ലെങ്കിൽത്തന്നെ ആർക്കാണ് ഒരു ചെറുഭ്രാന്തില്ലാത്തത്? അന്നവൾ പതിവില്ലാത്തവിധം പലതും ചെയ്യാൻ ശ്രമിക്കുന്നതുകണ്ട് ജോണിച്ചന് ആദ്യം ചിരി വന്നു. കാണികളുടെ ഇടയിൽ, മുടി വളർത്തിയ ഒരു ചെറുപ്പക്കാരനെ കണ്ട് ‘യേശുവേ’ എന്നു പറഞ്ഞു സ്റ്റേജിൽ മുട്ടുകുത്തി നിന്ന്, ആഗ്നസ് മുകളിലേക്കു കൈകളുയർത്തി. ഭീതിദമായ സംഭാഷണശകലങ്ങൾ മന്ത്രങ്ങളായി വരുന്നതു ചെവിയോർത്ത് ആഗ്നസിനു മിണ്ടാട്ടമില്ലാതായി. ഒടുവിൽ ചിരിയിലൂടെ നീന്തി നീന്തിയാണ് ഏറ്റവും ദുഃഖിതരായ ചില പെൺകഥാപാത്രങ്ങളെ അവൾ വലിച്ചുകൊണ്ടുപോയത്, നാടകത്തിലേക്ക്. അവർ മരിക്കാൻ തുടങ്ങിയപ്പോഴും ആഗ്നസ് ചിരിച്ചു. മരണത്തോടു വഴിമാറൂ എന്നലറിയപ്പോഴും ആഗ്നസിന്റെ ചുണ്ടുകളിലൂടെ ഒരുതരം അപൂർവ്വമായ ചിരി അരിച്ചിറങ്ങുന്നുണ്ടായിരുന്നു – അവളുടെ ചിരിയിൽ പണ്ടൊക്കെ ശലഭങ്ങളെ ദർശിച്ചിരുന്ന ജോണിച്ചന് പക്ഷേ, അന്നു ഭയം തോന്നി.

ഇവൾക്കിതെന്തുപറ്റി? പക്ഷേ, ഒന്നും പ്രത്യേകിച്ചു സംഭവിക്കാത്ത മട്ടിൽ കാണികൾപോലും ആഗ്നസിന്റെ ശലഭച്ചിരി ഏറ്റെടുത്തിരിക്കുന്നതുകണ്ട് ജോണിച്ചൻ അതിശയിച്ചു. ഇനി കാണികൾക്കും എന്തെങ്കിലും അസാധാരണമായ ഭ്രാന്ത് പിടിപെട്ടിട്ടുണ്ടാകുമോ? അയാൾ സ്റ്റേജിന്റെ

ഒരു മൂലയിൽനിന്ന് ഓരോ കാണികളുടെയും മുഖത്തെ ചലനങ്ങൾ എത്തിവലിഞ്ഞു നോക്കിക്കൊണ്ടേയിരുന്നു. വ്യസനങ്ങളുടെ ചെങ്കുത്തായ കയറ്റിയിറക്കങ്ങൾ അവരുടെയൊക്കെ മുഖങ്ങളെ തിരയിളക്കങ്ങളിൽപ്പെടുത്തിയിരിക്കുന്നതുപോലെയാണ് ജോണിച്ചനു തോന്നിയത്.

ഒരു കണക്കിന് ഇത്തിരിപ്പോന്ന ഈ നൊസ്സ് അവൾ അവതരിപ്പിക്കുന്ന കഥാപാത്രങ്ങളെ ഒരുതരം ഭ്രമാത്മകതയിലേക്കു തീർച്ചയായും നടത്തിക്കുമെന്നുള്ളതുകൊണ്ട് നാടകത്തിനു ഗുണമേ ചെയ്യൂ എന്നു ചില ബുദ്ധിജീവികളായ കാണികൾ അങ്ങിങ്ങു പറയുന്നതു ജോണിച്ചനും കേട്ടിട്ടുള്ളതാണ്.

നാടകത്തിനും ജീവിതത്തിനുമിടയിൽ ഓ ഇങ്ങനൊര് ജീവിതം എന്ന് അവൾ പിറുപിറുക്കുന്നതു കേൾക്കുമ്പോൾ ജോണിച്ചന് അരിശം മൂത്തുവരും. എന്തുവന്നാലും ജീവിതത്തിനു കെടക്കപ്പൊറുതിയില്ല – അല്ല ആഗ്നസേ ഇപ്പത്തന്നെ നമ്മക്ക് ഒര് ജീവിതം ഒണ്ടേലല്ലേ ഇങ്ങനെ നാടകം കളിക്കാനും നെനക്ക് വട്ട് കാണിക്കാനും കഥാപാത്രമാകാനും കാഴ്ചക്കാരുടെ കൈയടി വാങ്ങാനൊക്കെ പറ്റൂ. എന്നൊക്കെ ജോണിച്ചനും വെറുതെ പറഞ്ഞോണ്ടു നടന്നു. പിന്നെ കുറേ നേരം ആലോചിച്ചിരുന്നു. "ജോണിച്ചനെന്താ ആലോചിക്കുന്നെ. ഇന്ന് തട്ടേക്കേറ്മ്പം പറയാനൊള്ള ഡയലോഗ് വല്ലോം കിട്ടിയോ ഇതുവരെ." ആഗ്നസിന്റെ ചോദ്യത്തിൽ വെപ്രാളമുണ്ടെന്നു ജോണിച്ചനു തോന്നി. അതൊക്കെ അങ്ങുവരും ആഗ്നസേ. നമ്മളെത്ര നാളായി ഈ കളി തൊടങ്ങീട്ട് (ഇനി അങ്ങോട്ടു നാടകം എന്നതിനു കളി എന്ന വാക്കേ കാണൂ. ശരീരത്തിന് ഉടുപ്പുപോലെ ജീവിതത്തിന് തന്നെ പാകമായ വാക്ക് കളി തന്നെ അല്ലേ? – ജോണിച്ചന്റെ സംശയമാണ്).

"നമ്മക്കു കിട്ടിയ ഒരു ഗുരുത്വാ ഇതൊക്കെ ആഗ്നസ് കൊച്ചേ – സ്ക്രിപ്റ്റ് എഴ്താതെ ഡയലോഗ് കൃത്യമായി ഒരുക്കാതെ സ്റ്റേജിൽ കയറുമ്പോൾ അപ്പപ്പം തോന്നണ കഥയുണ്ടാക്കി നാടകം കളിക്കാൻ പറ്റണില്ലേ നമ്മക്കും നമ്മടെ മക്കൾക്കും." ജോണിച്ചൻ വെറുതെ ഒരു നെടുവീർപ്പിട്ടു. "നമ്മളാണ് പ്രധാന കഥാപാത്രങ്ങളെങ്കിലും ഇന്നേവരെ പരാജയോം അറിഞ്ഞിട്ടില്ല."

"ഉം..." ആഗ്നസ് ഏതോ ഒരു കഥ ചുരുൾ അഴിച്ചെടുക്കുന്ന മട്ടിൽ ഒന്നു മൂളി. അതുകൊണ്ടല്ലേ ഉത്സവക്കമ്മിറ്റിക്കാരെല്ലാം കളി കഴിയുമ്പം ജോണിച്ചനും കൂട്ടുകളിക്കാർക്കും മദ്യക്കുപ്പി, നോട്ടുമാല, മുറുക്ക്, ഉണ്ണിയപ്പം, പക്കാവട തുടങ്ങിയ തീറ്റിപ്പായ്ക്കറ്റുകൾ പ്രത്യേകം പാരിതോഷികങ്ങളായി നല്കുന്നത് എന്ന ഒരു പൊതു അഭിപ്രായം പരന്നിട്ടുള്ളത്. ആഗ്നസിന് സർബത്തോ ചൂടുകാപ്പിയോ പരിപ്പുവടയോ ഒക്കെ സ്നേഹം തുടിക്കുന്ന ചിരിയോടൊപ്പമല്ലേ നല്കുന്നത്.

എല്ലാ കളികളിലും കഥാപാത്രങ്ങളെ അപ്പോൾത്തന്നെ ഇരുട്ടിൽ നിന്നു മാജിക്കിലെന്നപോലെ വിളിച്ചുവരുത്തുന്നതു കണ്ട് കാണികൾ ആർത്തുവിളിക്കുന്നതും, ഹുറെ, ഹുറെ എന്നു താളം ചവിട്ടുന്നതും വിര

ലുകൾക്കിടയിലെ ആകൃതിയൊപ്പിച്ച് ചുണ്ടുകൂട്ടി ചൂളം വിളിക്കുന്നതു മോർത്താൽ രണ്ടുപേരും പിന്നെ എല്ലാം മറന്നു നില്ക്കും. കഥാപാത്ര ങ്ങൾ ആഗ്നസിനും ജോണിച്ചനും ചുറ്റും അടുക്കടുക്കായി ചേർന്നിരി ക്കുന്നതുപോലെയാണ് അവർ കരുതുന്നത്. നരച്ച ആകാശത്തിൽ തെളി യുന്ന അജ്ഞാതഭൂഖണ്ഡങ്ങൾപോലെ ജീവിതം ചുളിവു വീഴ്ത്തിക്കിട ക്കുന്നു എന്നാണ് ആഗ്നസിന്റെ വിചാരം. ഓരോന്നോർത്ത് ജോണിച്ചൻ പതിവുപോലെ അന്നത്തെ കഥ വിട്ട് സ്വന്തം ജീവിതപഴങ്കഥയിലേക്കു തെന്നിയിറങ്ങിപ്പോയി.

ജോണിച്ചൻ അപ്പച്ചനും അമ്മച്ചിക്കും പതിനൊന്നാമനായി പിറന്ന വനായിരുന്നു. നാലാം ക്ലാസിൽ വച്ച് പഠിപ്പുനിർത്തുകേം ചെയ്തു. എങ്കിലും കണക്കിനു ബഹുകേമൻ. സദസ്സിൽനിന്നു പെറുക്കിയെടുത്ത് അകക്കണ്ണിൽ ഒരുക്കി നിർത്തിയിരിക്കുന്ന ആൺപെൺ കഥാപാത്രങ്ങളെ ഒറ്റയിരുപ്പിന് എണ്ണിത്തീർക്കും ജോണിച്ചൻ. നാടകം കളിക്കിടയിൽ ആഗ്നസിനുനേരെ നോക്കി കൊതിക്കുന്നവരെ പെട്ടെന്നു കണ്ടുപിടിച്ച് എണ്ണമെടുക്കുമ്പോഴൊക്കെ അപ്പച്ചന്റെയും അമ്മച്ചിയുടെയും കഥ യോർത്തു ജോണിച്ചനങ്ങനെ ഇരുന്നു പോകാറുണ്ട്. അക്കഥകൾ ആയി രിക്കാം ജോണിച്ചനെ നിമിഷ കവി എന്നപോലെ നിമിഷനാടകക്കാരനാ ക്കിയത്. ജീവിതം ഇത്രയൊക്കെയേയുള്ളൂ എന്നൊക്കെ എല്ലാവരോടും പറയാനുള്ള ഒരുപാധി അയാൾക്ക് അനിവാര്യമായിരുന്നുവല്ലോ.

ജോണിച്ചന് നാലുവയസ്സുള്ളപ്പോഴായിരുന്നു അപ്പച്ചന്റെ രഹസ്യ കാമുകിയുടെ ഭർത്താവ് അപ്പച്ചനെ കുത്തിവീഴ്ത്തിയത്. വിസർജ്ജ്യ ങ്ങൾ പറ്റി മഞ്ഞച്ചുപോയ ഒരു തടിക്കട്ടിലിൽ നീണ്ടും വളഞ്ഞും നടുവു പൊട്ടിയും അപ്പച്ചൻ കുറെക്കാലമങ്ങനെ കിടന്ന്, മരിച്ചുപോയി. അപ്പ ച്ചന്റെ മലവും മൂത്രവും കോരി അമ്മച്ചിയുടെ ജീവിതവും മഞ്ഞച്ചുപോ യിരുന്നു. അവരുടെ മൊരിഞ്ഞു പൊറ്റനടർന്ന കൈകളിലും നിറമില്ലാത്ത മുറിയിലും കട്ടിളപ്പടികളിലും വിലകുറഞ്ഞ അലക്കുസോപ്പിന്റെയും കാര ത്തിന്റെയും കുത്തലടിഞ്ഞു ജീവിതമങ്ങനെ ചെകിടിച്ചുകിടന്നു. ഒരു കർക്കിടക സന്ധ്യയിൽ ആരുമറിയാതെ മരണപ്പെട്ടവളും പതിവില്ലാത്ത വിധം ഇരുണ്ടു ചുവന്ന പൂമ്പാറ്റകളാൽ മറയപ്പെട്ടവളുമായിത്തീർന്നിരുന്നു അമ്മച്ചിയും.

അപ്പച്ചനെ കുത്തിവീഴ്ത്തിയവനും, ജയിലിനുള്ളിൽ കുരുക്കിട്ടു തൂങ്ങുവാൻ പറ്റിയതൊന്നും കാണാതെ തൂങ്ങിച്ചാകുന്നതും വിചാരിച്ചു വിചാരിച്ച് ഒരു ബോധക്ഷയത്തോടൊപ്പം ഒരുദിവസം മരിച്ചുപോയി.

"ഡാ... ജോണിച്ചാ നിന്റെ ടൈമിങ് ഒക്കെ പോയോ.... കളി തുട ങ്ങണ്ടേ" - പള്ളിവികാരിയാണ് ജോണിച്ചനെ ഓർമ്മകളിൽനിന്ന് അടർത്തിയെടുത്തത്. ഇരുണ്ടു ചുവന്ന പൂമ്പാറ്റകൾ ജോണിച്ചനെ പൊതിയുന്നതായി തോന്നിയപ്പോൾ അയാൾ ഉറക്കെ പറഞ്ഞു. "ദാ റെഡിയച്ചോ." അമ്മച്ചി ഒരു വൈദ്യുതിപ്രസരമായി അയാളുടെ ഞരമ്പുകളിലൂടെ ഒഴുകുന്നതുപോലെ. "ഇന്നത്തെ കളീടെ പേര്

'ചിലന്തി.' നോക്കച്ചോ. പേരൊക്കെ എത്ര ശ്ലടേന്നാ ഞാനിട്ടെ ചിലന്തീന്നു വച്ചാ എന്താ?"

"പ്രാണികളെ പറ്റിച്ച് വലയിൽ കുരുക്കണെ ഒര് ജാതി തന്നല്ലോ."

"ഇപ്പം ഇങ്ങനെ കുരുക്കണ എത്ര ജാതി ജന്തുക്കളാ ഈ ഭൂമീല്. ഈ മന്ഷേര്ടെ എടേല്. മ്മക്കു തന്നെ ഈ സ്ഥലത്ത് ഒറ്റ ഞൊടിയിൽ ഒര് നൂറാളെയെങ്കിലും കാണിച്ചു തരാമ്പറ്റും." ജോണിച്ചനും ആഗ്നസും ചിലന്തീടെ കഥയുമായി സ്റ്റേജിലെത്തിക്കഴിഞ്ഞിരിക്കുന്നു. ബ്ലേഡ്കാര്, മാഫിയക്കാര്. മാഫിയ തന്നെ പല ജാതീല്ലേ–

മണല്, നമ്മുടെ ഭൂമി, മണ്ണ്, വനം, പുഴ, കരിങ്കല്ല്, വെട്ടുകല്ലാങ്കുഴി, നമ്മുടെ വജ്രക്കല്ല് അങ്ങനങ്ങ് പോകുവല്ലേ മാഫിയക്കാര്. ജോണിച്ചൻ ഒരു കൊടുങ്കാറ്റായി മാറി, തിരമാലകൾക്കുമുകളിലൂടെ ഇരച്ചെത്തുന്ന കടൽപ്പാട്ടായി ഉഴറിപ്പാഞ്ഞെത്തി സ്റ്റേജിലേക്ക്.

ദാ കണ്ടോ വന്നു വന്നിപ്പം മന്ഷമ്മാരെ പേടിപ്പിക്കാനായി കൂലി കൊട്ത്തു വിടണ ഗുണ്ടകൾ ചാടി വീഴണ കണ്ടോ – പ്രേതങ്ങള് തോറ്റു പോകും – കണ്ടോ – കണ്ടോ.

ജോണിച്ചൻ നാലുദിക്കിലേക്കും കൈചൂണ്ടി അലറി വിളിച്ചു.

കേട്ടപാതി, ആഗ്നസ് സ്വയം രൂപാന്തരം പ്രാപിച്ച് ഒരു ചിലന്തിയായി. ചുറ്റിനും മറ്റു കളിക്കാരിപ്പെണ്ണുങ്ങളൊക്കെ വലക്കണ്ണികളായി. ചിലന്തി ക്കണ്ണികൾ പോലെ.

ഒരു ജാതി പശവച്ചിട്ടാണല്ലോ പ്രാണ്യെ പിടിക്കെ. അങ്ങനങ്ങ് അവരു ചെയ്യും. പ്രാണിപ്പശപോലെയുള്ള വാക്കുകളിലേക്ക് അവർ ജീവി തത്തെ വലിച്ചടുപ്പിച്ച് ഒട്ടിച്ചുവയ്ക്കും. കാണികൾക്കു മുമ്പിൽ അവർ പരസ്പരം കണ്ണിറുക്കി തനി ഭ്രാന്തൻ ചിലന്തികളായി മാറും. അപ്പോഴും ആഗ്നസ് ചിലന്തിച്ചിന്തയോടെ മനസ്സിൽ പറയും.

ദാ ഇങ്ങനൊരു ജീവിതം ഉണ്ടല്ലോ. ആഗ്നസിന്റെ ചൂണ്ടുവിരൽ ചോദ്യം കാണികളുടെ തലച്ചോറിനെ ഇട്ട് ചുഴറ്റും. അന്നന്നത്തെ കളി ത്തട്ടുകൾ വിട്ട് വീട്ടിലെത്തി കുരിശുവരച്ച്, ഈശോ മറിയം ഔസേപ്പ് ചൊല്ലി ജോണിച്ചനും ആഗ്നസും മക്കളായ ലിൻസിജിൻസിമാരും അന്നു കാണികളുമായി സംവദിച്ച വാക്കുകളുടെ കനലിൽ തിളച്ചുരുകി ജീവി തമങ്ങ് കളിച്ച് തീർത്തുകൊണ്ടേയിരിക്കുകയും പിറ്റേന്നത്തക്കുള്ള ഉശി രൻ ഡയലോഗുകളെ ഉറക്കപ്പേച്ചുകളായി അവിടമാകെ വിതറുകയും ചെയ്തുകൊണ്ടേയിരിക്കും

ഇതാണ് ആഗ്നസിന്റെ മാത്രം ജീവിതം നാടകം എന്ന സമവാക്യ രസതന്ത്രം എന്നാണു ജോണിച്ചനു തോന്നാറുള്ളത്.

കളിത്തട്ടിൽനിന്നു കളിത്തട്ടിലേക്ക് ജീവിതയാത്രകൾ എന്ന അടി ക്കുറിപ്പോടെ ജോണിച്ചന്റെയും ആഗ്നസിന്റെയും മക്കളുടെയും പടങ്ങൾ പത്രത്താളുകളിൽ നിറഞ്ഞു. ലിൻസി – ജിൻസിമാർ കെട്ടിപ്പിടിക്കുന്ന പടം, ഡയലോഗ്, രാജകുമാരികൾ എന്ന തലക്കെട്ടിന് താഴെ തൂങ്ങിയാ ടുന്നുണ്ടോ എന്ന് ആഗ്നസ് പത്രത്തിനുള്ളിലേക്ക് ആഴ്ന്നിറങ്ങി നോക്കി

യിരിക്കാറുണ്ട് ഇടയ്ക്കിടയ്ക്ക്.

ഈയിടെയായി ചില പുതിയ പുതിയ പ്രശ്നങ്ങളാണ് ഉരുത്തിരിഞ്ഞുകൊണ്ടേയിരിക്കുന്നത്. ലിൻസിക്കും ജിൻസിക്കും സംഭാഷണങ്ങൾ നിർത്താൻ കഴിയുന്നില്ല. എങ്ങനെ നിർത്തണമെന്നാണ് അവരുടെ ചോദ്യം. ഈ ലോകം എത്ര പ്രശ്നസങ്കീർണ്ണമാണ്, എങ്ങോട്ടാണീ യാത്ര എന്ന അർത്ഥം വരുന്ന തരത്തിൽ ലിൻസി ഒരു ഡയലോഗ് പറയുമ്പോഴേക്കും യാത്ര തിരിച്ച ആൾ ഭൂമിയിൽനിന്നു തന്നെ അപ്രത്യക്ഷമാകുന്ന തരത്തിൽ അല്ലേ കാര്യങ്ങൾ കുഴഞ്ഞുമറിയുന്നത്.

പിന്നെ ഇങ്ങനങ്ങ് അപ്രത്യക്ഷമാകുന്നതെങ്ങനെ എന്ന അന്വേഷണാത്മക ചോദ്യങ്ങളുമായി കഥാപാത്രങ്ങൾ പരസ്പരം ചോദ്യങ്ങളിൽ കുരുക്കപ്പെട്ട് കൂട്ടിമുട്ടുമ്പോഴും ജിൻസിക്കു സംഭാഷണം തുടങ്ങാതിരിക്കാനും വയ്യ.

സ്റ്റേജിലെ നടീനടൻമാർ ചടുല ചലനങ്ങൾപോലെ കോമാളികളെപ്പോലെ, പാഞ്ഞുകൊണ്ടേയിരിക്കുന്നു. പരസ്പരം കൂട്ടിമുട്ടുന്നു. കണ്ടെടുക്കുന്നു. സംഭാഷണത്തെ തൊടാനാകാതെ സ്റ്റേജിൽനിന്ന കിതച്ച് തെറിച്ചു കുഴഞ്ഞുവീഴുന്നു. ഇതിനിടയിൽ എപ്പോഴൊക്കെയോ വർത്തമാനകാലത്തിന്റെ കുഴമറിച്ചിലുകൾ, ജീവിതനാടകങ്ങളിലെ നോക്കുകുത്തികൾ എന്നൊക്കെയുള്ള ആമുഖത്തോടെ, രാഷ്ട്രീയം മാത്രം ചർച്ച ചെയ്യാറുള്ള ചാനലുകൾപോലും സ്പെഷ്യൽ എഡിഷണായിട്ടാണ് ലിൻസി–ജിൻസിമാരുടെ ചടുലവർത്തമാനങ്ങളെ സാംസ്കാരികനിരീക്ഷകരുടെയും വായിലിട്ട് ചവച്ചുതുപ്പിയത്.

പതിവുചർച്ചകൾ ചാനലുകളിൽ തുടങ്ങിക്കഴിഞ്ഞിരിക്കുന്നു. ഇടയ്ക്കുള്ള ക്ലോസപ്പ്ഷോട്ടുകളിൽ മിന്നിമറിയുന്ന ആഗ്നസിനും ജോണിച്ചനും ഇടയിൽ ലിൻസി–ജിൻസിമാർ മുഖങ്ങളില്ലാത്തവരായിരുന്നു പകരം അവിടെ നിഗൂഢമായ ശൂന്യതമാത്രം.

ആഗ്നസിന്റെ ഭ്രാന്തമായ തേങ്ങലുകളും പിറുപിറുക്കലുകളും തേടി കാണികൾ ഇരുട്ടിൽ പരക്കം പാഞ്ഞു–പരസ്പരം കൂട്ടിമുട്ടി തറയിൽ വീണു. ഇരുളിന്റെ കർട്ടൻ താഴ്ത്തി ലിൻസി ജിൻസിമാരെ കറുപ്പ് പുതപ്പിച്ചത് ആര് എന്ന അന്വേഷണാത്മകറിപ്പോർട്ടിനുള്ളിൽ കിടന്ന് ക്യാമറക്കണ്ണുകൾ കുഴഞ്ഞുമറിഞ്ഞു. കാണികൾ പിരിഞ്ഞുവെങ്കിലും നാടകം നിർത്താനാകാതെ ആഗ്നസ് ഇപ്പോഴും ലിൻസി ജിൻസിമാരുടെ അടക്കിപ്പിടിച്ച മന്ത്രണങ്ങൾ ചെവിയോർത്തുകൊണ്ടേയിരിക്കയാണ് സ്റ്റേജിൽ.

കൂനമ്മാക്കിലെ കൂണുകൾ

പള്ളിക്കൂടം പൂട്ടിയാൽ പിള്ളേരേംകൊണ്ട് സൂസന്നയ്ക്കൊരു പോക്കുണ്ട്, പാമ്പാക്കുടയിലുള്ള അവളുടെ പാലത്തുങ്കുടിവീട്ടിലേക്ക്.

കോഴിയെന്നോ, പോത്തെന്നോ, പന്നിയെന്നോ ഒന്നുംനോക്കാതെ എന്തും കഴിക്കുന്ന പ്രകൃതക്കാരനായ എന്നെപ്പോലൊരു ഭർത്താവിനെ അവൾക്കു കിട്ടിയത് അവളുടെ ഭാഗ്യം എന്നൊക്കെ ഞാൻ കേൾക്കാതിരിക്കാൻ ഒച്ച താഴ്ത്തി ഫോണിലൂടെ ആരോടൊക്കെയോ അവൾ പറയുന്നതും ഞാൻ കേട്ടിട്ടുണ്ട്.

എന്തായാലും, ഏതേലും ഇറച്ചിയൊക്കെ മഞ്ഞൾച്ചന്തം കൂട്ടി വറ്റൽ മുളക് ഒടിച്ചിട്ട്, ഇഞ്ചിയും തേങ്ങയും വടിവൊത്ത ചതുരാകൃതിയിൽ മുറിച്ചിട്ട്, നല്ല കടുംപച്ച കറിവേപ്പിലയും കടുകും ഉള്ളിയും മൂപ്പിച്ച് ബ്രൗൺ നിറത്തിൽ വരട്ടിയെടുത്ത് ചില്ലുപാത്രത്തിൽ നിറച്ച് ഫ്രിഡ്ജിൽ ഒരാഴ്ചത്തേക്കായി എനിക്കായി കരുതിയിട്ടേ സൂസന്ന അവളുടെ വീട്ടിലേക്ക് പോകാറുള്ളു. അക്കാര്യത്തിൽ ഞാനും ഭാഗ്യവാൻ തന്നെ.

പക്ഷേ, ഫ്രിഡ്ജടയ്ക്കുമ്പോൾ അവളുടെ ചില കന്നത്തരം നിറഞ്ഞ വർത്തമാനം എനിക്കൊട്ടും പിടിക്കാറില്ല, "ഇച്ചായാ ഇവിടെ കിടന്ന് കൂത്താട്ട്യേക്കരുത്. കൂട്ടുകാരൊക്കെ, വരണത് കൊള്ളാം. പക്ഷേ, ഇരുചെവിയറിയരുത്. അല്ലെങ്കിൽ ഞാമ്പിന്നെ ആ മോളിയേടേം മറിയക്കുട്ട്യേടേമൊക്കെ കളിയാക്കലും കുത്തുവാക്കും കേക്കേണ്ടിവരമ്പം എന്റെ വായിത്തോന്നീതൊക്കെ ഞാമ്പറയേം ചെയ്യുവേ."

അങ്ങനെയാ ഞാൻ കാൽനൂറ്റാണ്ടുമുമ്പ് മരിച്ചുപോയ വല്ല്യച്ചായിയെയും അതിനുമുമ്പേ സ്വർഗ്ഗത്തിലേക്കു ചിരിതൂകി കടന്നുപോയ വല്ല്യമ്മച്ചിയേം കാണാനും ഓർമ്മകൾകൊണ്ടൊന്ന് തൊട്ടുരുമ്മാനും കൂനമ്മാക്കിലേക്ക് അതായത് എന്റെ തറവാട്ടിലേക്ക് ഒരു മനസഞ്ചാരം നട

ത്തീത്. വെറുതെ പോയതല്ലാട്ടോ. അതൊക്കെ ഒന്നെഴുതാൻ പറ്റിയ സമയാ ഇതെന്ന് കരുതീട്ട് തന്നെ. അങ്ങനെയാ ഞാനിങ്ങനെയൊക്കെ കുറിക്കാൻ തുടങ്ങിയത്.. വല്ല്യമ്മച്ചി പലതരം കൂണുകൾ കണ്ടെത്തി പലതരത്തിൽ പാചകം ചെയ്ത് രുചിക്കൂട്ടുകൾക്കൊപ്പം സ്നേഹമസാല പുരട്ടികിടത്തുന്നതിൽ അതിവിദഗ്ദ്ധയായിരുന്നു. കണ്ണിനും കാതിനും കൊഴപ്പോണ്ടെന്നൊക്കെ വല്ല്യമ്മച്ചി പറയുമെങ്കിലും ആ കൈപ്പുണ്യം ഒന്നു വേറെതന്നെയാണെന്ന് വല്യച്ചായി വരുന്നോരോടും പോകുന്നോരോടും പറഞ്ഞ് രസിച്ചു. കൂണുകളുടെ ഇളം മുളപ്പുകൾതേടി വല്ല്യമ്മച്ചി അയൽക്കാരുടെ അതിർത്തികൾ ഭേദിച്ചുവരെ പര്യടനംനടത്തിയിട്ടുള്ളതിനെക്കുറിച്ച് അല്പസൊല്പം അസൂയകലർത്തി വല്യച്ചായി പലവട്ടം പറയുന്നത് കുട്ടികളായിരിക്കെ ഞങ്ങളും രസത്തോടെ കേട്ടിരുന്നിട്ടുണ്ട്. പറമ്പിന്റെ ഏതൊക്കെ മൂലയിൽ കൂണുകൾ മുളച്ചുപൊന്തുമെന്ന് വല്ല്യമ്മച്ചി ഊഹിച്ചുപറയുകയും കണ്ടെത്തുകയും ചെയ്യുമായിരുന്നുപോലും

പശുത്തൊഴുത്തിനടുത്ത വയ്ക്കോൽകൂനയിലെ മുത്തുപതിപ്പിച്ചതുപോലുള്ള നറുംകൂണുകൾ. വെട്ടിയിട്ട പനന്തടിയിലാകെ വെയിൽ പുതച്ച് തിളങ്ങുന്ന അരിക്കൂണുകൾ. സ്വപ്നദൃശ്യംപോലെ മിന്നിവന്ന് പെട്ടെന്ന് കൊഴിഞ്ഞുപോകുന്ന ഗോപുരാകൃതി കൂണുകൾ. അങ്ങനെയങ്ങനെ കൂണുകളുടെ നിര ഒന്നു വേറെതന്നെ. കൂടാതെ പലതരം ഇലകൾ നുള്ളിയെടുത്ത് വല്ല്യമ്മച്ചിയുണ്ടാക്കുന്ന തോരൻവേറെയും. മത്തനില, പയറ്റില, ചീരയില, ചേനക്കൂമ്പില, മുള്ളഞ്ചീര, തകരയില അഗസ്തിച്ചീര ഇവയൊക്കെ കുനുകുനാ അരിഞ്ഞ് പച്ചത്തേങ്ങ അരപ്പുകൾക്കിടയിലൂടെ രുചിയോർമ്മകളങ്ങനെ കൺതുറന്നു നീന്തി.

അപാരബുദ്ധിതന്നെ. വല്യച്ചായി സ്നേഹപുരസ്സരം ആകാശത്തിലെവിടെയോ വല്ല്യമ്മച്ചി ഉണ്ടെന്ന് സങ്കല്പിച്ച് അങ്ങോട്ട് നോക്കി ഒരു ശിശുച്ചിരി ചിരിച്ചത് ഇന്നലത്തെപ്പോലെ ഓർമ്മയുണ്ട്. വല്യച്ചായിക്കപ്പോൾ ഓർമ്മ നഷ്ടപ്പെടുന്ന സമയമായിരുന്നു.

'ഓർമ്മകൾ ഉണ്ടായിരിക്കണം' എന്ന പി ഭാസ്കരൻമാഷിന്റെ കവിത ഞങ്ങളെ ഒത്തിരി പ്രാവശ്യം ചൊല്ലികേൾപ്പിച്ചിട്ടുള്ള വല്യച്ചായിയെ ആ കവിത ചൊല്ലിച്ചൊല്ലി ഓർമ്മകളുടെ ഉമ്മറത്തേക്ക് കൊണ്ടുവരാൻ ഞങ്ങൾ നിരന്തരം ശ്രമിച്ചു തോറ്റുതോറ്റു കുഴഞ്ഞിരുന്നു. മരിച്ചുപോയ കാർന്നോന്മാരുടെ അസ്ഥിക്കുരുപ്പുകളാണ് കൂണുകളായി മുളപ്പൊട്ടി വരുന്നതെന്ന് വല്യച്ചായി പറഞ്ഞിരുന്ന കഥകളിലേക്ക് ഞങ്ങളും ഇടയ്ക്കിടയ്ക്ക് നുഴഞ്ഞുകയറാറുണ്ട്.

മന്ത്രവാദികളും വൈദ്യന്മാരുമായ മുതുവല്യപ്പന്മാരുടേയും അവരുടെ സുന്ദരിമാരായ പനങ്കുല മുടിയുള്ള വല്യമ്മച്ചിമാരുടെയും പാദസ്പർശങ്ങളാൽ അലങ്കരിച്ചിരുന്ന ഞങ്ങളുടെ തറവാട്ടുമഹിമകളിലാകെ ഭൂതപ്രേതപിശാചുക്കളും മാലാഖമാരും മായാജാലക്കാരും പാതിരിമാരും ഇടകലർന്ന് യഥേഷ്ടം മേഞ്ഞുനടന്നിരുന്നുവെങ്കിലും ഞങ്ങളാകെ ഭയമില്ലാത്തവരായിരുന്നു. അവരെക്കാളും ഭയപ്പെടേണ്ടത് ചുറ്റിനുമുള്ള മനു

ഷ്യരെയാണ് എന്നുള്ള ഗുണപാഠങ്ങളാൽ സമ്പന്നമായിരുന്നു ഞങ്ങൾക്കു കിട്ടിയിരുന്ന അറിവുകൾ.

എഴുതിയെഴുതി വല്ല്യമ്മച്ചീടേം വല്യച്ചായിടേം പച്ചിലത്തോരനും കൂൺതീയലും വായ്മുകുളങ്ങളെ ഉത്തേജിപ്പിച്ച് രുചിയുടെ നെറുകയിൽ കാലുകുത്തിയപ്പോഴാണ് ഫ്രിഡ്ജിനകത്തെ ഇറച്ചിമസാലകളെക്കുറിച്ച് ഓർമ്മവന്നതും എനിക്കൊരു ഹരം കയറിയതും. അപ്പോഴായിരുന്നു, സൂസന്നയുടെ വിളി വന്നത്. “അച്ചായാ എനിക്കും പിള്ളാർക്കും ഇന്നലെ മുതലാ ആ അസുഖം തുടങ്ങ്യേ... ടീവില് ബീഫ് ബീഫ് എന്ന് കേട്ടു കേട്ടു കുട്ടികൾക്ക് ആധിയായതുപോലെ.

ഒന്നും കഴിക്കാൻ പറ്റത്തില്ല. വായിലേക്ക് എന്തേലും കൊണ്ടരമ്പം തുടങ്ങും ഓക്കാനം. പേടി പേടീന്ന് വച്ചാ മരിച്ചവരൊക്കെ വന്ന് പേടിപ്പ ക്കണതുപോലെ എറച്ചീടെ മണടീക്കമ്പം ഒര് മരണവെപ്രാളം. അച്ചായാ ഒര് തരം എറച്ചിപ്പേടി. നമ്മക്ക് കൂനമ്മാക്കീലേക്ക് പോകാം. അച്ചായന്റെ വല്യമ്മച്ചീടേം വല്യച്ചായീടേം ഓർമ്മകളും പൊതച്ച് കൊറച്ചുനേരം അവിടെ കെടക്കണം. ഒന്നുല്ലേലും അച്ചായൻ പറയാറുള്ള കൂണും പച്ചെലേം തേടി നമ്മക്ക് നടക്കാല്ലോ.

എന്തായാലും ഈ എറച്ചിപ്പേടി വയ്യാ അച്ചായാ.

“എന്നാ ശരി.”

“പിന്നെ അച്ചായാ ഒരു കാര്യം മറന്നു. ഈ കൂണിനും ബീഫിന്റെ മണം വരോ?”

പൂച്ചകളുടെ വർത്തമാനം

ഈ മനുഷ്യരെക്കുറിച്ചുള്ള കഥകൾ കേട്ടും എഴുതിയും വായിച്ചും ആത്മനിന്ദയാൽ പൊറുതിമുട്ടിയാണ് ഞാൻ പൂച്ചകളുടെ പീഡന അതിജീവനകഥകൾ എഴുതുവാൻ തീരുമാനമെടുത്തത്. ആരോ പറഞ്ഞുവച്ചതുപോലെ രണ്ടുപൂച്ചകളെ ഞാൻ കണ്ടുമുട്ടുകയും ചെയ്തു. വിധി എന്നല്ലാതെ എന്തു പറയാൻ?

മനുഷ്യകഥാപാത്രങ്ങൾക്കു ഞാൻ തുന്നിക്കൊടുക്കാറുള്ള കീഴ്വഴക്കങ്ങളുടെയും ദുരൂഹതകളുടെയുമൊക്കെ കുപ്പായങ്ങളൊന്നും ഈ പൂച്ചകൾക്കു നല്കുന്നില്ല. ആത്മാവിലും ശരീരത്തിലും അവർ നഗ്നത പടർത്തി നടക്കട്ടെ എന്നങ്ങു തീരുമാനിച്ചു. നിത്യേനയുള്ള കനൽപീഡനമേറ്റ് അടക്കിവച്ചിരുന്ന പൊള്ളുന്ന വേദനകൾ ചൂളവിലാപങ്ങളായി പുറത്തേക്ക് വിട്ടുകൊണ്ടിരിക്കുന്ന അടുക്കളക്കുക്കറുകൾ ഭീമാകാരന്മാരായി മാറുന്നതായി സ്വപ്നം കണ്ട് ഞെട്ടിയുണർന്നപ്പോഴായിരുന്നു ആ രണ്ടു പൂച്ചകളുടെ വരവ്. ചെമ്പുനിറക്കാരൻ ഒരു കണ്ടൻ പൂച്ചയും അവന്റെ തൂവെള്ള സുന്ദരി പെൺപൂച്ചയും. ആദ്യകണ്ടുമുട്ടലിൽത്തന്നെ ആൺപൂച്ച എന്നോട് വർത്തമാനം പറയുവാൻ തുടങ്ങി. ഇന്നത്തെ കാലത്ത് പൂച്ചകളും മരങ്ങളും ചിത്രശലഭങ്ങളുമൊക്കെ സംസാരിക്കാതിരിക്കരുത് എന്നാണ് എന്റെ പക്ഷം. കാരണം മനുഷ്യരുടെ സംസാരങ്ങൾക്ക് എന്തൊക്കെയോ പൊറുതിക്കേടുകൾ.

എനിക്ക് ദാ അക്കരെയുള്ള സോനാഗച്ചിന്നാ ദേ ഇവളെ കിട്ടീത്. ആമുഖമൊന്നുമില്ലാതെയുള്ള അവന്റെ സംസാരം എനിക്കിഷ്ടപ്പെട്ടു. പക്ഷേ, സോനാഗച്ചി എന്ന വാക്ക് ഞെട്ടിപ്പിക്കുകയും ചെയ്തു.

സോനാഗച്ചി? ഞെട്ടൽ വിടാതെ വിറയ്ക്കുന്ന ശരീരത്തോടെ ആ കണ്ടൻപൂച്ചയുടെ കണ്ണുകളിലേക്ക് നോക്കി ഞാൻ ചോദിച്ചു. ആണൊ

രുത്തനായ ഇവന് സോനാഗച്ചി എന്നാൽ എന്തെന്നറിയോ എന്ന് സംശയത്താൽ ഞാൻ മുഖം കുനിക്കുവാൻ തുടങ്ങിയെങ്കിലും അവന്റെ മീശത്തുമ്പിൽ നിവർന്നു നിന്ന അധീശഭാവം അമ്പരപ്പിക്കുന്നതായിരുന്നു. ഞങ്ങൾ പൂച്ചകൾക്കു മനുഷ്യപ്പറ്റും സ്നേഹോം ഇത്തിരി കൂടുതലാ. അതാ ഇവളെ സോനാഗച്ചീന്ന് ഞാൻ കൂടെ കൂട്ടീത്. ഇവള് ഗർഭിണിയാ. കുഞ്ഞുങ്ങൾ ആരുടേതെന്നുപോലും ഇവൾക്കറിയില്ല. പീഡനമേറ്റുപോയി പാവം. ഇവളും ഒരു പെണ്ണല്ലേ? ജീവിക്കണമെന്ന് മോഹമുണ്ടാവില്ലേ?

ആണത്തമുള്ള പൂച്ച. ഞാൻ അവന്റെ ഗർവ്വിനെയും സ്നേഹത്തെയും സ്തുതിച്ച് തല്ക്കാലം ആ മൃഗജീവിതത്തിന്റെ ഔദ്ധത്യങ്ങളിലേക്ക് തിരിച്ചുനടന്നു.

പെണ്ണിരകളും പെണ്ണിറച്ചിയുമെന്നൊക്കെയുള്ള വാക്കുകളുടെ പ്രയോഗപരത മടുപ്പിച്ചുതുടങ്ങിയതിനാൽ ഞാനത്തരം വാക്കുകളൊന്നും പറയാറില്ല ഇപ്പോൾ. ഫേസ് ബുക്കിലും ചാനൽ ചർച്ചകളിലുമൊക്കെ കണ്ണടക്കാരികളായ ചില ബുദ്ധിജീവിസ്ത്രീകൾ പറയുന്നതു കേൾക്കാറുണ്ടെന്നു മാത്രം. എങ്കിലും പൂച്ചകളുടെ സോനാഗച്ചിയിൽ പെൺപൂച്ചകളുടെ കിളുന്തു ശരീരങ്ങൾ നിരനിരയായികിടക്കുന്നതോർത്ത് ഞാൻ തന്നെ ഒരു ഞെട്ടലായി ചുരുളുന്നതുപോലെ തോന്നി.

ഞങ്ങളുടെ വീടിനും അപ്പുറത്തെ റോഡും മുറിച്ചുകടന്നെത്തുന്ന മൺപാത അലക്കുകാരുടെ കോളനിയിലേക്കുള്ളതാണ്. ഏതൊക്കെയോ ആശുപത്രികളിലെ രോഗാണുക്കൾ അഹന്തയോടെ ആടിത്തിമിർക്കുന്ന കിടക്കവിരികളും നഗരത്തിലെ റസിഡൻഷ്യൽ സ്കൂളുകളിലെ മദ്ധ്യവർഗ്ഗമനുഷ്യരുടെ പുച്ഛം കലർന്ന ഒളിച്ചിരികൾ പടർന്ന ജനൽകർട്ടനുകളും അലക്കി നീളത്തിൽ കെട്ടിയ അയകളിൽ തൂക്കി ഉണക്കാനിടുന്ന കാഴ്ചയ്ക്കുമപ്പുറത്താണ് കണ്ടൻപൂച്ച പറഞ്ഞ ഈ സോനാഗച്ചി. ഒരു തടിയൻ ഗൾഫുകാരന്റെ ഒഴിഞ്ഞുകിടന്ന വാഴത്തോപ്പായിരുന്നു അത്. വാഴപ്പൂക്കളിൽനിന്നു തേൻ കുടിച്ചുമദിച്ച് പരിഹാസത്തോടെയുള്ള ചിലയ്ക്കൽ കേൾപ്പിക്കുന്ന അണ്ണാറക്കണ്ണന്മാരും, വെട്ടിക്കീറിയ അഴുക്കുതോട്ടിലൂടെ ചാടിമറിയുന്ന തവളകളും വല്ലപ്പോഴും ഇഴഞ്ഞുവരുന്ന കൂറ്റൻചേരകളും ചേർന്നാൽ സോനാഗച്ചിയാകും.

അവിടെയാണ് പൂച്ചകളും പട്ടികളുമൊക്കെ മദിച്ച് ആഘോഷരാവുകൾ തീർക്കുന്നത്. കണ്ണെഴുതിയതുപോലെ മഷിക്കറുപ്പ് പേറുന്ന നീളൻ കണ്ണുകൾ തുറന്ന് പൂച്ചത്തരുണീമണികൾ നെടുവീർപ്പിടുകയും മലർന്നുമറിയുകയും, ഈ ലോകത്തിൽ എല്ലാവർക്കും സംഭവിക്കാറുള്ളതുപോലെ അനന്തമായ വിരക്തി ബാധിച്ച് മരണപ്പെട്ടുകൊണ്ടേയിരിക്കുകയും ചെയ്യുന്നുണ്ടാവും. എങ്കിലും അവരുടെ ഇടയിൽനിന്ന് ഞങ്ങളുടെ ഈ കണ്ടൻപൂച്ച പെണ്ണൊരുത്തിയെ രക്ഷപ്പെടുത്തി എടുത്തല്ലോ എന്നു ഞങ്ങൾ വീട്ടിൽ ചർച്ച ചെയ്തു. ഇതിനകം പെൺപൂച്ച ഒറ്റപ്രസവത്തോടെ നാലു കുഞ്ഞുങ്ങളുടെ അമ്മയായി മാറിയിരുന്നു. ഒളിച്ചും പതു

ങ്ങിയും ഏതോ ഒരജ്ഞാതമുറിയ്ക്കുള്ളിൽ ഓരോ കുഞ്ഞുപ്രാണനു കളും കുഞ്ഞുകുഞ്ഞു കരച്ചിലുകളോടെ പൂച്ചകുട്ടികളായി അവളുടെ ശരീരത്തിൽനിന്നു പുറത്തേക്കുവന്നു. മാലാഖ വെളുപ്പും രാത്രിയുടെ കറുപ്പും അപൂർവ്വമായ സൂര്യതവിട്ടും നിറത്തിലുള്ള കുഞ്ഞുപൂച്ചരൂപ ങ്ങൾ ഞങ്ങളുടെ വീടിന്റെ അകത്തളങ്ങളിലൂടെ ഓടിക്കളിച്ചു. ഞങ്ങൾക്ക് അവരെ സ്നേഹിക്കാതിരിക്കുവാൻ ആകുമായിരുന്നില്ല.

പൂച്ച വീട്ടിൽ കയറിവരുന്നതു നല്ലതാ. അമ്മ നാട്ടറിവ് വിളമ്പി. ഞങ്ങളെല്ലാവരും പൂച്ചകുടുംബത്തിന് ആഹാരം നല്കുവാൻ മത്സരി ക്കുകയായിരുന്നു. പുട്ട് പാലിൽ കുതിർത്തും രുചികൂട്ടാൻ പപ്പടം പൊടി ച്ചിട്ടുമൊക്കെയാണ് അവരെ തൃപ്തിപ്പെടുത്തിയത്. (ഈ പൂച്ച കൾക്കെല്ലാം മീനിനെയും ഇറച്ചിയെയുംകാൾ പാലും പപ്പടവും പഥ്യ മായിരുന്നുവെന്നത് ഞങ്ങളെ അതിശയിപ്പിച്ചു). അല്പം സംഗീതപ്രേമി യായ എന്റെ രാഗവിസ്താരങ്ങളിൽ പൂച്ചക്കുഞ്ഞുങ്ങൾ ആദ്യം ഒളിച്ചും പിന്നെ മടിയില്ലാതെയും നൃത്തം ചെയ്തുകൊണ്ടേയിരുന്നു. ഒരുവേള കണ്ടൻപൂച്ച പ്രേമപാരവശ്യത്തോടെ പെൺപൂച്ചയുടെ കാതിനടുത്ത് വന്ന് ശൃംഗാരരാഗമെന്നു പേരുകേട്ട കാംബോജിയുടെ മേൽസ്ഥായിയി ലേക്ക് പടവുകൾ കയറുന്നതുപോലെ സ്വരങ്ങളുമായി കയറാൻ തുട ങ്ങുകതന്നെ ചെയ്തു.

സോനാഗച്ചിയിൽനിന്നു കണ്ടെടുത്തതാണെങ്കിൽ തന്നെയെന്താ, അവളെ സദാ പ്രണയിനിയാക്കുന്നില്ലേ ഈ ആൺപ്രജയെന്ന് ഞാൻ സായൂജ്യമടഞ്ഞുപോയിരുന്നു. കാര്യങ്ങൾ കാലവുമായി എത്ര വേഗ മാണ് കുഴമറിച്ചിൽ നടത്തുന്നത്?

പൂച്ചകളുടെ സോനാഗച്ചി ഗൾഫുകാരനിൽനിന്ന് ഒരമേരിക്കക്കാരൻ വിലയ്ക്കു വാങ്ങുകയും ഒരു ബിനാമിക്കാരൻ അവിടെ ആകാശനീല യുടെ തട്ടുകളെ മറിച്ചിടാൻ എന്നവണ്ണം ഏന്തിവലിഞ്ഞു നില്ക്കുന്ന ഫ്ളാറ്റുകൾ പണിയുകയും ചെയ്തു. ബംഗാളികളും ആസാമികളുമായ ഇരുണ്ട ചെറുക്കന്മാർ ബീഡി വലിച്ചും മദ്യപിച്ചും കെട്ടിടനിർമ്മാണ ത്തിൽ പങ്കെടുത്തും മലയാളിപ്പെൺകുട്ടികളെ നോട്ടമിട്ടും വെള്ളം വറ്റി ത്തുടങ്ങിയ നദികൾക്കു മുകളിലൂടെ ഗതിമുട്ടിയ ജീവിതം എന്നപോലെ തളർന്ന് ഓടിക്കൊണ്ടേയിരുന്ന തീവണ്ടികളിൽ യാത്ര ചെയ്തും കാല മങ്ങനെ ധൃതിവച്ച് പൊയ്ക്കൊണ്ടിരിക്കുന്നു. നഗരത്തിലേക്ക് ജോലിതേടി പ്പോയ ചിലരെ നഗരം തന്നെ ഒളിപ്പിച്ചുവയ്ക്കുന്നതുപോലെ തിരിച്ചു വരാത്തവരാക്കി. ചില പെൺകുട്ടികളൊക്കെ തൂങ്ങിമരണം എന്ന കളി യിൽ ഏർപ്പെട്ടു തോല്ക്കുകയും ജയിക്കുകയും ചെയ്തു. മറ്റു മനുഷ്യ രൊക്കെ എന്തൊക്കെയോ വില പേശലുകളും വാണിഭങ്ങളും നടത്തി ജീവിതത്തെ കുത്തിമറിച്ചുകൊണ്ടേയിരുന്നു, പെരുച്ചാഴികളെപ്പോലെ.

ഞങ്ങളുടെ പെൺപൂച്ച നിരന്തരമായി പ്രസവിച്ച് ജന്മാന്തരബന്ധ ങ്ങളുടെ കഥകൾ പൂച്ചക്കുഞ്ഞുങ്ങൾക്കു പറഞ്ഞുകൊടുത്തു.

കുഞ്ഞുങ്ങളാകട്ടെ അവളുടെ മുലകൾക്കു ചുറ്റുമുള്ള പഞ്ഞിപ്പതു

പതുപ്പിൽ കുഞ്ഞുനഖങ്ങൾകൊണ്ട് അള്ളിത്തിമിർത്ത് പാൽ നുണഞ്ഞ് കുസൃതി കാണിച്ച് ഉറക്കത്തിലേക്ക് നീന്തിപ്പോയി.

ജീവിതത്തിന്റെ ഇത്തരം അടരുകളിൽ കുരുങ്ങി, കടുംകെട്ടുകൾ അഴിച്ച് മടുത്ത് ആദ്യം സന്ന്യാസിയും പിന്നെയൊരു എഴുത്തുകാരനുമായി മാറി, ഞങ്ങളുടെ ആൺപൂച്ച. ചുറ്റും ഉയർന്നുവന്ന അനേകായിരം സോനാഗച്ചികളുടെ കാണാവലയങ്ങളിൽ ആ ആണൊരുത്തൻ ദാർശനികകഥകൾ തേടി എഴുതാനിരുന്നു.

നാഗമ്പടം വഴി

വടക്കുനിന്നുള്ള ഏതു തീവണ്ടിയിലാണെങ്കിലും കോട്ടയത്തിനടുത്തുള്ള തുരങ്കത്തിലേക്ക് കടക്കുമ്പോൾ എന്തോ ഓർത്തുകൊണ്ടെന്നതുപോലെയാണ് തീവണ്ടി അപ്പോൾ പോകുന്നത് എന്ന് എല്ലാ യാത്രകളിലും അവൾക്കു തോന്നാറുള്ളതാണ്. ബോഗികൾക്കുള്ളിൽ നിറച്ചും യാത്രക്കാരുണ്ടായിരുന്നു. എന്നിട്ടും അരണ്ട വെളിച്ചത്തിൽ പൊതിഞ്ഞ ശൂന്യതയിൽ എല്ലാവരും നിശ്ശബ്ദരും ചലിക്കാത്തവരുമായിരുന്നു. എന്താണ് ഇങ്ങനെയൊക്കെ എന്നോർത്തതും ബോഗിയുടെ അങ്ങേ മൂലയിൽ ഒരു കുഞ്ഞുണർന്നു പേടിച്ചു കരഞ്ഞു–തീവണ്ടി പെട്ടെന്ന് തുരങ്കം കടന്ന്, റെയിൽവേ കോളനിയുടെ വരാന്തയിൽ ഇരുന്ന് ഉച്ചത്തിൽ ആരെയോ പച്ചത്തെറി പറഞ്ഞുകൊണ്ടിരിക്കുന്ന സ്ത്രീയെയും ആടും കോഴിക്കുഞ്ഞുങ്ങളും മുഷിഞ്ഞ മനുഷ്യരും ഇടകലർന്ന് തട്ടിയും മുട്ടിയും ജീവിതത്തെ നീക്കിക്കൊണ്ടിരിക്കുന്ന കോളനിയുടെ അടക്കം പറച്ചിലുകളെയും വകവയ്ക്കാതെ ചൂളം വിളിച്ചപ്പോഴും അവളുടെ തൊട്ടരികിൽ അയാളുണ്ട്.

യാത്രയുടെ ആദ്യം മുതൽ അവളോടൊപ്പം അയാൾ ഉണ്ടെങ്കിലും എല്ലായ്പ്പോഴും അയാളുടെ മൗനം അവളെ ആക്രമിച്ചുകൊണ്ടേയിരുന്നു. പനിക്കാലത്ത് തോന്നാറുള്ളതുപോലെ ദേഹമാകെ മുൾമുനകൾ അടുക്കിവച്ചിരിക്കുന്ന അടരുകൾ ഉണ്ടെന്ന് കരുതി അവൾക്ക് ഇരിക്കപ്പൊറുതിമുട്ടി. ഇടയ്ക്കെപ്പോഴോ അയാൾ മൊബൈലിൽനിന്ന് ആരെയോ വിളിച്ചു. അടക്കിയ സ്വരത്തിൽ, കൈ ആംഗ്യങ്ങളോടെ എന്തൊക്കെയോ പറഞ്ഞുനിർത്തി ഒരു നെടുവീർപ്പിട്ടു. അയാൾ കറുത്ത കണ്ണട ധരിച്ചിരുന്നതിനാൽ, തന്നെ തുറിച്ചു നോക്കുകയാണോ എന്നവൾക്കു ഉറപ്പിക്കുവാൻ കഴിഞ്ഞില്ല. എങ്കിലും കണ്ണടക്കറുപ്പിനുള്ളിൽ നിന്നും പുറപ്പെടുന്ന

നോട്ടത്തിന്റെ ഭാരമേറി വരുന്നുണ്ടോ എന്നവൾ സംശയിച്ചു. അയാളുടെ ചൂടോ, തണുപ്പോ തോന്നാത്ത ഉറച്ച നിശ്വാസം അവളെ ചുറ്റിപ്പിടിച്ചു തളർത്തി.

തീവണ്ടി കോട്ടയത്തു നിർത്തിയപ്പോൾ അവൾ ഇറങ്ങി.

അയാളും.

അവളെ കാത്ത് ആരും സ്റ്റേഷനിലില്ലായിരുന്നു.

അയാളെയും.

റെയിൽ പാളം ക്രോസ് ചെയ്ത് പോയാൽ നാഗമ്പടത്തേക്കുള്ള എളുപ്പ വഴിയേ സഞ്ചരിക്കാം.

അവൾ പാലം മുറിച്ചു കടന്നു.

അയാളും.

അവൾ ഒരു നിമിഷം നിന്ന് നെറ്റിയിലെ വിയർപ്പ് ചുരിദാറിന്റെ ഷാൾ കൊണ്ട് ഒപ്പിയെടുത്തു.

നീ നിന്ന് എന്തേലും ഓർക്കൂ എന്ന് വിളിച്ചുകൂവി തീവണ്ടി പോയി. അവൾ ഓർത്തു. നാഗമ്പടം പാലത്തിന് താഴെയുള്ള ഇടവഴികളിൽ കള്ളന്മാരും പിടിച്ചുപറിക്കാരും തെരുവുപെണ്ണുങ്ങളും ശൗര്യം കൂടിയ നായ്ക്കളും പുകയൂതി രസിക്കുന്ന നായാടികളും മണ്ണിൽ പുതഞ്ഞ് കളിക്കുന്ന കുട്ടികളും കറപ്പല്ലുകാട്ടി വെറുതെ ചിരിക്കുന്ന ഭ്രാന്തന്മാരും ഉണ്ടെന്ന് ആരോ അവളോട് പറഞ്ഞിട്ടുള്ളത് കറുത്തക്യാൻവാസിൽ വരച്ച ഒരു ചിത്രംപോലെ തെളിഞ്ഞു. ഓർമ്മകളുടെ നടുക്കത്തിൽ, തൊട്ടപ്പുറത്തെ ബസ്റ്റാന്റിലെ തിളയ്ക്കുന്ന ആരവം പോലും കേൾക്കാതെ ഏകയായി അവൾ നിന്നു.

അയാളും. "ശ്ശെ ഇതൊന്തൊരുനാശം" അവളുടെ ശബ്ദം ഇത്തിരി ഉയർന്നുപോയിരുന്നു. അവൾ അയാളെ അവഗണിച്ച് വള്ളിച്ചെരുപ്പുകളിൽ ആഞ്ഞുചവിട്ടി രോഷത്തോടെ നടന്നു.

മുന്നോട്ടു നടക്കുന്തോറും നാഗമ്പടവും, ഒരു ദാക്ഷിണ്യവുമില്ലാതെ ആരോടൊക്കെയോ ഉള്ള ദേഷ്യത്തോടെ നടന്നു പോകുന്ന ആൾക്കൂട്ടവും, ഉരുകിക്കിടന്ന ഇരുമ്പുപാളങ്ങളും കണ്ട് അവൾ സ്വയം ഒരു തുരങ്കമായി മാറുന്നതായും അതിനുള്ളിലൂടെ ആരൊക്കെയോ നുഴഞ്ഞുപോകുന്നതായും അവൾക്കു തോന്നി. അവൾ ഭയക്കാൻ തുടങ്ങിയിരുന്നു.

അയാളെവിടെ?

അപരിചിതനായിരുന്നെങ്കിലും, കുറച്ചുമുമ്പുവരെ അവളെ ഭയപ്പെടുത്തിക്കൊണ്ടാണ് തൊട്ടരികിൽ നിന്നിരുന്നതെങ്കിലും, ഇപ്പോൾ ഈ ലോകത്ത് ഏറ്റവും അടുപ്പമുള്ള ഒരാൾ അയാളായിരിക്കുമെന്നും തന്റെ തൊട്ടരികിൽ അയാൾ ഉണ്ടെന്നും ആശ്വസിച്ച് അവൾ തിരിഞ്ഞുനോക്കി.

ഉണ്ട്.

അയാളുണ്ട്. അവൾക്ക് തൊട്ടരികിൽ നിന്നുതന്നെയാണ് അവൾക്കു

പേരറിയാത്ത ഒരു ദീർഘദൂര തീവണ്ടിയുടെ ചക്രങ്ങൾക്കിടയിലേക്ക് ചിന്നിച്ചിതറാനായി അയാൾ ധൃതിയിൽ നടന്നുപോയത്. നാഗമ്പടത്തെ സൂര്യൻ വഴിതെറ്റാതെ പടിഞ്ഞാറോട്ട് മാറി നിന്നു. ഒരു കാറ്റ് വെറുതെ ആ വഴി വന്ന് പോയി.

ഉഭയകാലം

ജീവൻ ഗാർഡനിലേക്കുള്ള വഴികളായിരുന്നു ഏറെ വിചിത്രം. അവിടവിടെ ചുളുങ്ങിയും നീരുകെട്ടിയും മൊരിഞ്ഞും ഉൾവഴികളാകെ ജരബാധിച്ചു കിടപ്പാണ്. ആളനക്കങ്ങളോ പ്രണയലോലുപമായ യേശുദാസൻ പാട്ടുകളോ ഇല്ലാത്ത വിജനത. ഇതിനാണല്ലോ കർത്താവേ ജീവൻ ഗാർഡൻ എന്ന പേരിട്ടിരിക്കുന്നത് എന്നോർത്ത് ഞാൻ ചിരിച്ചുപോയി.

ബസ്സ്റ്റോപ്പിലെ കുരിശടിയും കഴിഞ്ഞ് ജീവൻ ഗാർഡനിലേക്ക് കടക്കുമ്പോഴേക്കും ഞാൻ എന്റെ പേരുപോലും മറക്കാൻ തുടങ്ങുന്നത് എന്നെ അത്ഭുതപ്പെടുത്തിയിരുന്നു. അവിടുത്തെ നാലാളറിയുന്ന എഴുത്തുകാരൻ പത്തനംതിട്ടക്കാരൻ ഒരച്ചായൻ എന്നെ എപ്പോഴും മാർഗരീറ്റ എന്നേ വിളിക്കൂ. അച്ചായന്റെ ഭാര്യ പാകമല്ലാത്ത നിശാവസ്ത്രമണിഞ്ഞ്, വീൽച്ചെയറിൽ ഇരുന്ന് സ്വപ്നം കണ്ട് ഉരുളുമ്പോൾ സാൻഡ്രിയാ എന്നെന്നെ നീട്ടി വിളിക്കും. അതെപ്പോഴും അങ്ങനെയാണ്. പിന്നെ രണ്ടുമക്കളും ആഫ്രിക്കയിലേക്ക് ചേക്കേറിയ അറുപത്തഞ്ചുകാരൻ റിട്ട. പ്രൊഫസർ രഘുറാം തമ്പി അലമേലു എന്ന് തിരിച്ചും മറിച്ചും വിളിക്കും. പ്രൊഫസറുടെ ഭാര്യ ഏതോ തീവണ്ടിയപകടത്തിൽ മരിച്ചുപോയതാണെന്നും അവർ ഉണ്ടായിരുന്നെങ്കിൽ നിന്നെ ലളിതയെന്നോ സുഭാഷിണിയെന്നോ വിളിക്കുമായിരുന്നു എന്നും പ്രൊഫസർ പറയുമ്പോൾ അത് വേണ്ട സാറിന്റെ അലമേലു തന്നെ കൊള്ളാമെന്ന് ഞാൻ പ്രോത്സാഹിപ്പിക്കും. ആകെപ്പാടെയുള്ള ഏക മകൻ ന്യൂയോർക്കിൽ താമസമാക്കിയ കോട്ടയംകാരൻ മാത്തുണ്ണി പണിക്കരും ഭാര്യ മേരിക്കുട്ടിയും ചേർന്ന് എനിക്ക് ഇട്ടപേരിന് ഒരു കൗതുകമൊക്കെയുണ്ടായിരുന്നു.

ആൽഫ.

ട്രംപിന്റെ പരിഹാസവും കുശുമ്പും അസൂയയുമൊക്കെ കലർന്ന മുഖം ടി വിയിൽ പ്രത്യക്ഷപ്പെടുമ്പോഴൊക്കെ കാഴ്ചകളുടെ തേരുരുളലിന്റെ അടിയിൽ കിടന്ന് മനസ്സ് ഞെരുങ്ങി അവർ ആൽഫ എന്ന് എന്നെ നീട്ടിവിളിക്കും. വെള്ളമോ, ഗുളികയോ ഒക്കെ എടുക്കാനാകും ആ വിളി. വിളികേട്ട് ഞാൻ ചെല്ലുമ്പോഴേക്കും ട്രംപിന്റെ മുഖമാകെ ഒരു കോമാളിത്തം നിറഞ്ഞു നില്ക്കുന്നതുകണ്ട് അവർ ചിരിച്ചു ചിരിച്ചു ശിശുചിരിയോടെ വായ് പിളർന്ന് ഇരിപ്പുണ്ടാകും.

അങ്ങനെ ജീവൻ ഗാർഡനിൽ ഞാൻ പല പേരുകളിലായി തത്തിക്കളിച്ചുകൊണ്ടിരുന്നു. കളിക്കിടയിൽ എന്റെ പേരിനെക്കുറിച്ച് ഞാൻ മറവിയിൽ കിടന്ന് തപ്പുന്നതും പതിവായിരുന്നു. കുരിശടിയിലെ ഉണ്ണിയേശുവിനോട് കൊച്ചുവർത്തമാനവും പറഞ്ഞ് എനിക്ക് കിട്ടിയിരിക്കുന്ന പല പല പേരുകളും ഓർത്ത് ജീവൻ ഗാർഡനിലെ വൃദ്ധചിന്തകളുടെ കാറ്റേറ്റ് ഒരർത്ഥത്തിൽ അറംമാദിച്ചു നടക്കുകയാണല്ലോ എന്ന് ഞാൻ എന്നോടുതന്നെ തമാശ പറയാറുണ്ട്.

ജീവൻ ഗാർഡൻ കേന്ദ്രീകരിച്ച് ഞാനൊരു സർവ്വേ നടത്തുന്നുണ്ട്. അങ്ങനെയാണ് ഞാനവിടുത്തെ ഒരു സ്ഥിരം സന്ദർശകയായത്. അത്യാവശ്യം വലിയ മുലകളും അല്പം പൗരുഷശബ്ദവും ഒത്തിരി വീർത്തുപൊങ്ങാത്ത തൊണ്ടക്കുഴിയും ലേശം പരുപരുത്ത ഉടലും പേറുന്ന ഒരു പെണ്ണെന്ന് എന്നെ പറയാം. ആണെന്നും വേണമെങ്കിൽ പറയാം. ഒത്തിരി അടുത്തറിയാവുന്നവർക്ക് മാത്രമറിയാമായിരുന്ന ആ ജീവരഹസ്യം എന്തായാലും ജീവൻ ഗാർഡനിലെ ആർക്കും അറിയില്ലായിരുന്നു.

കഴുത്ത് ഇറക്കിവെട്ടിയ ബ്ലൗസിന്റെ പിൻവള്ളികൾക്കിടയിലെ തൊലിയിലേക്ക് സൂചിത്തുമ്പുകൾപോലല്ലേ പല കണ്ണുകൾ കുത്തിയിറങ്ങുന്നത്. ആ വള്ളികൾക്കും താഴെയുള്ളത് ഭംഗിയില്ലാത്ത ഒരു പിൻഭാഗമായിരുന്നുവെങ്കിലും അതിലേക്കും നോട്ടമിറങ്ങാറുണ്ടെന്നും എനിക്കറിയാം.

പേരുകൾ പലതു കിട്ടിയെങ്കിലും എനിക്ക് ഞാനിട്ടിരിക്കുന്ന പേര് മാതു എന്നായിരുന്നു – ഞാനുണ്ടായപ്പോഴേ എന്റെ അച്ഛൻ മടിയിൽ കിടത്തി ചെവിയിൽ മന്ത്രിച്ചു എന്നുപറയുന്ന ആ പേര്, പത്താംക്ലാസ് ബുക്കിലെ മാധവൻ എന്ന പേര് ഞാനങ്ങ് മാറ്റിക്കളഞ്ഞു.

എപ്പോഴും കൊറെ പുകിലുകൾ എന്നെ ചുറ്റിവരിഞ്ഞുനില്ക്കുവല്ലായിരുന്നോ. എങ്കിലും ഞാൻ എന്നെ തിരിച്ചറിഞ്ഞിരുന്നുകേട്ടോ. അല്ലെങ്കിൽ പിന്നെ ജീവിച്ചിട്ടു കാര്യമില്ലല്ലോ.

ജീവൻഗാർഡനിലെത്തിയതിനുശേഷം നടന്ന കാര്യങ്ങളൊന്നും പറയാതിരിക്കുവാ ഭേദം. ചെലർക്ക് എന്റെ പിൻകഴുത്തിനുതാഴെ മെടഞ്ഞിട്ട ബ്ലൗസിന്റെ കെട്ടുവള്ളികൾക്കിടയിലൂടെ വിരലുകളോടിച്ച് രസി

ക്കണം. ചെല കൊരങ്ങൻ തന്തമാർ നെഞ്ചേലോട്ടാ അവരുടെ നോട്ടം കൊണ്ടുവയ്ക്കുന്നത്. ആ അനന്തകൃഷ്ണൻ സാറിന് എന്നോട് എന്തൊര് പ്രേമായിരുന്നു. ചെളിപിടിച്ച പൂണൂല് പിടിച്ച് വലിച്ച് തങ്ക ത്തളികയിൽ പൊങ്കലുമായ് വന്ന പെണ്ണേന്നൊക്കെ എന്നെ നോക്കി പാട്ടുപാടും. എനിക്കും ഇച്ചിരി റൊമാൻസൊക്കെ അയാളോട് തോന്നീ ന്നൊള്ളതും നേരാ. ഒന്വല്ലേലും അക്ഷരസ്ഫുടതയോടെ പാടുന്നു ണ്ടല്ലോ. പിന്നെ ആളൊരല്പം ബുദ്ധിജീവിയായിരുന്നൂന്നു തോന്നു കയും ചെയ്തു. വി കെ എന്നിന്റെ പുസ്തകത്തിലുള്ള വരികളൊക്കെ കാണാപാഠമാണ് പുള്ളിക്കാരന്. ഇന്നാളൊരു ദെവസം ചുമരലമാര യിൽ അടുക്കി വച്ചിരിക്കുന്ന പുസ്തകങ്ങൾ ഞാനൊന്ന് മറിച്ചു നോക്കി.

*മഹാഭാരത*തോം *രാമായ*ണോമുണ്ട് – കുറ്റം പറയരുതല്ലോ *ഖുറാ*നും *ബൈബി*ളും മാക്സിം ഗോർക്കീടെ *അമ്മ* വരെയുമുണ്ട്.

ആ നേരം എന്റെ ചെമ്പൻമുടിയിൽ അയാളുടെ കൈവിരലുകൾ അരിച്ചു നടക്കുകയായിരുന്നു. നിന്റെ ചുണ്ടുകൾ കണ്ടാൽ ഏത് ശലഭോം പറന്നു വരൂന്ന് സാഹിത്യം പറഞ്ഞു അങ്ങേര്. ഞാൻ ചിരി ച്ചപ്പോൾ അലമാരേടെ താഴത്തെത്തട്ടീന്ന് ഏതോ സിനിമാ നടിമാരെ ടെയൊക്കെ മാറും കാണിച്ചൊള്ള പടങ്ങളെടുത്ത് കാണിച്ചുതന്നു. കള്ളക്കാമുകൻ തന്നെ. ജീവിതത്തിൽ നിന്ന് മരണത്തിലേക്കുള്ള ദൂരാ ന്ത്യത്തിലെ വൃദ്ധപ്രേമം ധ്രുവ പ്രദേശത്തെ മഞ്ഞ് പോലെയാണ്. ഘനീഭവിച്ചങ്ങനെ കിടക്കും. ഇത്തരം ചില തത്ത്വ ചിന്തകളും ജീവൻഗാർഡനിൽ വച്ച് ഞാൻ ചിന്തിച്ചു കൂട്ടാറുണ്ട്. സാധാരണ മനു ഷ്യന്മാരുടെ ചെല കൊസ്രാക്കൊള്ളി സ്വഭാവമൊക്കെയുണ്ടേലും ശരിക്കും സ്നേഹം ഉള്ളോരും ജീവൻ ഗാർഡനിലുണ്ട്. ഞാൻ വെശ ന്നിരിക്കാൻ സമ്മതിക്കുകയേയില്ല ഒര് കേശവൻസാറ്. മക്കളില്ലാത്ത ബി ഇരുപതിലെയാ കാസറുഗോഡുകാര് ചന്ദ്രമതിടീച്ചറിനും അവ രുടെ ഭർത്താവ് എന്ന് പറഞ്ഞ് ഈ അടുത്തെയിടെ ജീവൻഗാർഡ നിൽ ചേക്കേറിയ ജോതിവാസുവിനും ഞാൻ ക്ഷീണിച്ചിരിക്കുന്നതു കണ്ടാൽ ഭയങ്കര വേവലാതീം സങ്കടോമാണ്. എത്രതരം ആൾക്കാരാ ഈ ഭൂമീല് അല്ലേ?

എന്നും ഇങ്ങനെ പാതിനാരിയായി കഴിഞ്ഞാമത്യോ. എനിക്കുംല്ലേ കൊറെ മോഹങ്ങള്. ഒരു പൂർണ്ണയുവതിക്കു വേണ്ടവണ്ണം എനിക്കും അണിഞ്ഞൊരുങ്ങണം. ഭാവീല് ഒരാണിനെ കെട്ടി ഒന്ന് പൂർണ്ണ ഗർഭി ണിയാകണോന്നും മോഹം ഇടയ്ക്കിടയ്ക്കങ്ങു തോന്നും. അതി മോഹം എന്നുപറഞ്ഞ് നിങ്ങൾ മൂക്കത്ത് വിരലുവച്ച് നില്ക്കുന്നത് എനിക്ക് ഭാവനയിൽ കാണാട്ടോ.

മാധവാന്നുള്ള പേരൊക്കയിട്ട് അച്ഛനുമമ്മേം എന്നെ എപ്പഴേ ഉപേ ക്ഷീച്ചുന്നറിയോ. എന്നാലും വീട്ടുജോലി ചെയ്തും അല്ലറചില്ലറ പണി

യൊക്കെ ചെയ്തും ഞാൻ സമ്പാദിക്കുന്നതിൽനിന്നുള്ള വീതം അയച്ചു കൊടുക്കുന്നതൊക്കെ അവര് കൈപ്പറ്റൂട്ടോ – എനിക്കതില് സന്തോഷേ ഉള്ളൂ. എന്നെ കാണുന്നത് ഇഷ്ടമല്ലെങ്കിലും മനസ്സില് പ്രാകൂങ്കിലും ഞാനയക്കുന്ന പണം വാങ്ങുന്നുണ്ടല്ലോ.

ഒരിളയ കുരുപ്പുണ്ട് എനിക്ക്. എന്റെ സഹോദരൻ. ഫുൾടൈം കഞ്ചാവാ അവൻ. ഇടയ്ക്കിടെ ജീവൻ ഗാർഡനിൽ വന്ന് എന്നെ വെരട്ടി പൈസ വാങ്ങും.

അപ്പോൾ പാവപ്പെട്ട എന്റെ വൃദ്ധകാമുകരെയൊക്കെ ഞാൻ പറ്റിക്കും. ചെയ്യുന്നത് തെറ്റാണെന്ന് അറിയാങ്കിലും അവരുടെയൊക്കെ വീടുകളിൽ സർവ്വസ്വാതന്ത്ര്യം തന്നിട്ടുള്ളതുകൊണ്ട് എപ്പളും കടം ചോദിക്കും. അങ്ങനെയാ ആ ഇളയ ചെറുക്കന് പൈസ കൊടുക്കാറുള്ളത്. തീരുന്തോറും പിന്നേം വരും. ഇന്നാളൊരു ദിവസം അവൻ പൈസയ്ക്കുവേണ്ടി വഴീനിന്ന് തെണ്ടുന്നത് കണ്ടു. കഞ്ചാവടിക്കാനാണ് അവൻ ഇങ്ങനെ ആളുകൾക്ക് മുന്നിൽ കൈനീട്ടുന്നത് എന്നോർക്കുമ്പം എനിക്ക് സഹിക്കൂല്ല.

വീട് മുടിക്കാനൊണ്ടായോൾ എന്ന് എത്രയോ വട്ടം പറഞ്ഞ് എന്നെ കരയിപ്പിച്ചിട്ടുണ്ടെങ്കിലും എനിക്കവനോട് സ്നേഹാട്ടോ. പക്ഷേ, ഇപ്പോൾ ഒരു മടുപ്പു തുടങ്ങിയിരിക്കുന്നു എനിക്ക്. മറ്റാരോടുമല്ല, എന്നോടു തന്നെ.

നിങ്ങൾ പറയൂ ഞാനെന്തു ചെയ്യണം. ഈ സ്നേഹോക്കെ ഉപേക്ഷിച്ച് ഞാൻ മറ്റേതെങ്കിലും സങ്കേതം തേടി പോണോ?

കുറെ ദെവസങ്ങളായി ഇത്തരം ചെല തീവ്ര ആലോചനകളിലാണ് ഞാൻ. എന്റെയീ നിഷ്കളങ്ക ആൺമയെ പൊതിഞ്ഞുവച്ചിരിക്കുന്ന കവചം ഭേദിച്ച് പുറത്തു വരണമെന്നുണ്ടെനിക്ക്. ഒരെത്തും പിടിയും കിട്ടാതെ വലയുകയാണിപ്പോഴും. നിങ്ങൾ പറഞ്ഞുതരൂ.

എന്തായാലും കൊറെ ദേവസോങ്കടെ ഇങ്ങനെ പോട്ടെ –

ഒടുക്കം ഞാനവരോട് എല്ലാം പറയും. തന്ന സ്നേഹാക്കെ പിൻവലിച്ചോളാൻ പറയും.

എന്നട്ട് ഞാനൊര് വെലസ് വെലസും

എനിക്കങ്ങ് നാട്ടിലൊര് കാമുകനൊണ്ട്. ഞാനവന്റെ കാമുകിയാണെന്ന് അവൻ കര്തീട്ടൊണ്ടോന്നൊന്നും എനിക്കറിയുകേല. എന്നാലും അവൻ എന്റെ കാമുകനെന്ന് ഞാനുറപ്പിച്ചിട്ടുണ്ട്. അവനെ ഞാനങ്ങ് കെട്ടും. ഞങ്ങളങ്ങ് സുഖമായി കഴിയും.

എന്താ കൊഴപ്പോണ്ടോ.

ആ ബി പതിനാറിലെ കെഴവൻ വെള്ളമടിച്ചിട്ട് ഒരു കാരണോമില്ലാതെ മോങ്ങുവാ ഉറക്കെ. ഇട്ടുമൂടാനൊള്ള സൊത്തൊണ്ട്. പറഞ്ഞിട്ടെന്താ മക്കളൊക്കെ എങ്ങാണ്ടൊക്കെയാ ആണ്. ആരും വരാറില്ല.

ഇടയ്ക്കിടയ്ക്ക് ചെലമക്കളൊക്കെ എന്നെ മൊബൈലിൽ

കെടന്ന് വിളിക്കും. ഞാനെന്തേലുമൊക്കെ നൊണകള് കാച്ചും; പപ്പാ സുഖായിരിക്കണ് വെള്ളടി ഒട്ടുമേയില്ലാന്നൊക്കെ.

ആ മൊരട്ട് തന്ത നഗറിൽ കിടന്നു കാണിക്കണ വൃത്തികേടൊന്നും പറയാൻ നിക്കൂല്ല. എന്തിനാ പറേണെ – തിരിഞ്ഞുപോലും നോക്കാത്ത ആ മക്കൾ കുറച്ചു നാണക്കേടൊക്കെ സഹിക്കട്ടെ.

ജീവൻഗാർഡനെക്കുറിച്ച് പറഞ്ഞു തുടങ്ങിയാലിങ്ങനെയാ നിർത്താൻ പറ്റൂല്ല. അതുകൊണ്ട് എന്റെ ചില സ്വകാര്യതകൾ പറയാം.

ആർത്തവ ചർച്ചകൾ ചാനലുകളിൽ പോലും നടക്കണ ഇക്കാലത്ത് എനിക്കും ആർത്തവം വരണേ എന്ന് നെഞ്ചുരുകി പ്രാർത്ഥിക്കണത് ഒരു ദൈവോം കേക്കാറില്ല.

ഒര് സത്യം പറഞ്ഞാ ആരും ചിരിക്കല്ലേ. ബേബിസോപ്പിന്റെയൊക്കെ പരസ്യത്തികാണിക്കണപോലത്തെ ഒരു കുഞ്ഞിനെ ഞാനിന്നലെ സ്വപ്നത്തിൽ പ്രസവിച്ചു. മാലാഖകൾ വന്നാണ് എന്നെ പരിചരിച്ചത്. കുഞ്ഞുമിനുസമാർന്ന തൂവൽകൊട്ടാരത്തിൽ കിടന്ന് എന്റെ കുഞ്ഞ് കൈകാലിളക്കി കരഞ്ഞപ്പം ഞാനെന്റെ മൊലഞെട്ടുവരെ അതിന്റെ കുഞ്ഞുവായിൽ വച്ചുകൊടുത്തത് ഓർക്കുമ്പം കുളിര് കോരവാ.

ഈ മനുഷ്യന്മാരുടെ ജീവിതം എന്തു വിചിത്രാല്ലേ

– ഞാനന്റെ കാര്യം മാത്രം പറഞ്ഞോണ്ടിരുന്ന് കാടു കേറുവാന്നറിയാം. ആ 'എ' ടെന്നിലെ എറണാളംകാര് ഷേണായ് സാറും ഭാര്യേം എന്നെ ദത്തെടുക്കുന്നതുപോലെ കൂടെ നിർത്തട്ടേ എന്നാണ് ചോദിക്കണെ. അവർക്ക് മക്കളില്ലാഞ്ഞിട്ടൊന്നുമല്ല – കൊറെയെണ്ണമുണ്ടെന്നും പട്ടിക്കഴ്‌വേർട മക്കള് ആരും തിരിഞ്ഞ് നോക്കണില്ലാന്നും ഷേണായി സാറിന്റെ സിറ്റീലൊള്ള വീടും മൊതലുമൊക്കെ അടിച്ചു മാറ്റീന്നുമൊക്കെയാ കേട്ടത്. അതു പറഞ്ഞപ്പോൾ ഷേണായി സാറ് കണ്ണുനീരിന്റെ കയത്തിൽ പെട്ടതുപോലെയാ എനിക്കു തോന്നിയത്. ഞാനാണും പെണ്ണും ചേർന്നതാന്നൊക്കെ പറഞ്ഞു നോക്കി അവരോട്.

ഒരു രക്ഷേയില്ല എന്നിട്ടും. അവർക്കതൊര് പ്രശ്നല്ലാത്രെ. അതാ ഇഷ്ടം ന്നാ പറണേ – ആണിന് ആണും പെണ്ണിന് പെണ്ണും ആകൂല്ലോന്നാ വാദം.

ഞാനെന്തു ചെയ്യണം?

നിങ്ങള് പറയൂ.

ആ, എ മുപ്പതിന്റെ മുന്നിൽ ഉറുമ്പിൻ കൂട്ടംപോലെ വരിവരിയായി ആൾക്കൂട്ടം. അതിലെ വാര്യർ സാറിന് മരിക്കാൻ മോഹമാണെന്ന് എപ്പളും പറയാറുണ്ട്. അങ്ങേരെ സ്നേഹിക്കാൻ ആരുമില്ലാത്രേ ഈ ഭൂമീല്. മരിക്കണംന്ന് മോഹം ഉണ്ടെങ്കിൽ മരിക്കട്ടെ അല്ലേ –

മരിച്ചു കാണും. വൈകുന്നേരത്തോടെ ഈ ഉറുമ്പിൻകൂട്ടം അപ്ര

ത്യക്ഷമായിക്കോളും. ആരുമില്ലാത്തവരുടെ മരണങ്ങളൊക്കെ ഇങ്ങനെയാ. എനിക്ക് വാര്യർ സാറിനെയോർത്ത് പാവം തോന്നും.

ആരുമില്ലെങ്കിലും എനിക്ക് മരിക്കാനൊന്നും തോന്നാറില്ലാട്ടോ...

ഷേണായി സാറും ഭാര്യേം സ്നേഹത്തോടെ എന്റെ മറുപടിക്കായി കാത്തിരിപ്പുണ്ടല്ലോ. ആരെങ്കിലുമൊക്കെ കാത്തിരിക്കുന്നു എന്നറിഞ്ഞാൽ മതി. ജീവിതം ജീവിച്ചു തീർക്കാൻ. അല്ലേ?

ജീവൻഗാർഡൻ ഒരു വലിയ ഉഭയജീവിയായി മുന്നിൽ കിതച്ചു കിടന്നു.